பட்டினத்தார் தாயுமானவர் பாடல் பெருமை

சாமி. சிதம்பரனார்

Title: Pattinathaar Thaayumanar Paadal Perumai

Author: Sami Chidambaranar

Language: Tamil

First Published on: 1963

Year of Publication: 2025

Book Format: Paperback

*Page Size: 6inch * 9inch*

Category: Religious

Subject: Religious Essays

No. of pages: 126

ISBN: 978-81-686323-8-7

Published by: Nilan Publishers, Madurai, Tamilnadu, India

பொருளடக்கம்

குறிப்புகளுக்காக

ஆசிரியர் முன்னுரை

அருள்நெறித் தொடரின் ஆறாவது பகுதியாக பட்டினத்தார் - தாயுமானார் பாடல் பெருமை என்னும் இந்நூல் வெளிவருகிறது.

இந்நூலில் உள்ள பட்டினத்தார் பாடல் பற்றிய கட்டுரைகளிலே சில, சிங்கப்பூர் தமிழ் முரசுப் பத்திரிகையில் வெளி வந்தவை; பல இதற்கென்றே எழுதப் பட்டவை. தாயுமானவர் பாடல் பற்றிய கட்டுரைகள் அனைத்தும், மேலே கண்ட பத்திரிகையில் வெளிவந்தவைகளே. சில திருத்தங்களுடன் இப்பொழுது நூல் வடிவில் வெளிவருகின்றன.

தமிழ் முரசில், தமிழர் அருள்நெறி என்னும் தலைப்பில், மெய்கண்டான் என்னும் பெயரில் என்னால் எழுதப் பட்ட கட்டுரைகளின் தொகுப்புத்தான் இந்நூலில் உள்ள கட்டுரைகள்.

பட்டினத்தாரைப் பற்றி நமது நாட்டு மக்கள் அனைவரும் அறிவார்கள். அவருடைய பாடல்களைப் பலரும் படிக்கின்றனர். அவர் சொல்லியிருக்கும் வேதாந்தக் கருத்துகளைப் பலரும் போற்றுகின்றனர்.

தாயுமானவர் பாடலும் பிரசித்தமானவை. பலருக்கு அப் பாடல்களைப் பற்றித் தெரியும். பலர் தாயுமானவர் பாடல்களை உள்ளம் உருகிப் பாடுவதைக் கேட்கின்றோம்.

தாயுமானவர், பட்டினத்தார், இருவருடைய பாடல்களும் படிப்பதற்கும், பாடுவதற்கும் இனிமையானவை. பலர்க்கும் பொருள் விளங்கும் எளிய நடையில் இயன்றவை. தமிழ்

மொழி, மக்களுக்குப் புரியும் வகையிலே - மக்களோடு இணைந்து எப்படி வளர்ந்து வந்திருக்கின்றது என்பதற்கு இவ்விருவர் பாடல்களையும் உதாரணமாகக் கொள்ளலாம்.

மொழியின் வளர்ச்சியில் மட்டும் அன்று: கருத்திலும் இவ்விருவர் பாடல்களிலும் வளர்ச்சியைக் காணலாம்.

பட்டினத்தார் என்ற பெயருடன் தமிழகத்தில் இரண்டு பெரியார்கள் இருந்தனர் என்று எண்ண இடம் உண்டு. ஒருவர் கி.பி. பத்தாம் நூற்றாண்டிலே வாழ்ந்தவர்; மற்றொருவர் கி.பி. பதினான்காம் நூற்றாண்டின் பிற்பகுதியிலே வாழ்ந்தவராக இருக்கலாம்.

நம்பியாண்டார் நம்பிகளால் தொகுக்கப்பட்ட சைவத் திருமுறையாகிய பதினோராந் திருமுறையிலே அடங்கியிருக்கும் பட்டினத்தார் பிரபந்தங்கள் வேறு: பாமர மக்களும் படித்து இன்புறும் பட்டினத்தார் பாடல்கள் வேறு.

பதினோராந் திருமுறையிலே, பட்டினத்தார் பாடியனவாக உள்ள நூல்கள் ஐந்து. அவை கோயில் நான்மணிமாலை, திருக்கழுமல மும்மணிக்கோவை, திருவிடைமருதூர் மும்மணிக் கோவை, திருவேகம்ப முடையார் திருவந்தாதி, திருவொற்றியூர் ஒருபா ஒருபது என்பவைகள்.

பட்டினத்துப் பிள்ளையார் திருப்பாடல் திரட்டு என்னும் நூலிலே, கோயில் திருஅகவல், கச்சித் திருஅகவல், திருவேகம்ப மாலை, பொதுப் பாடல்கள், அருட் புலம்பல், உடற்கூற்று வண்ணம் என்னும் பிரபந்தங்கள் காணப்படுகின்றன. பட்டினத்தார் ஞானம் என்ற பெயரில் நூறு பாடல்கள் - வெண்பாக்கள் சித்தர்கள் பாடல் திரட்டிலே காணப்படுகின்றன. சித்தர் பாடல் திரட்டில் பட்டினத்தார் அருட்புலம்பல், பட்டினத்தார் புலம்பல் என்ற பெயருடன் காணப்படுகிறது.

பதினோராந் திருமுறையில் உள்ள பட்டினத்தார் பாடல் களையும், பட்டினத்தார் திருப்பாடல் திரட்டில் உள்ள பாடல்

களையும் படிப்போர் இரு தொகுதிகளின் ஆசிரியர்களும் ஒருவர் அல்லர் என்றுதான் எண்ணுவார்கள். பாடல்களின் போக்கு, அவ்வாறு அமைந்திருக்கின்றது. கருத்திலுங்கூட வேற்றுமையுண்டு. பதினோராம் திருமுறைப் பாடல்கள் பக்தி மார்க்கத்தைப் போதிப்பன. பட்டினத்தார் பாடல் திரட்டிலுள்ள பாடல்களிலும் பக்திமார்க்கம் காணப்படுகின்றது. ஆயினும், யோக மார்க்கத்தைப் பற்றியே மிகுதியாகப் பாடுகின்றன. சாதி, விக்கிரக வணக்கம், தேர், திருவிழா முதலியன கண்டிக்கப் பட்டிருக்கின்றன. சித்தர்களின் தத்துவங்கள் பாடல் திரட்டில் அடங்கியிருக்கின்றன. ஆதலால், பதினோராந் திருமுறைப் பிரபந்தங்களைப் பாடிய பட்டினத்தார் வேறு, பட்டினத்தார் திருப்பாடல் திரட்டுப் பாடல்கள் பாடிய பட்டினத்தார் வேறு என்றுதான் கொள்ள வேண்டும்.

தாயுமானாரைப்பற்றி இத்தகைய வேறுபாட்டுக்கே இட மில்லை. தாயுமானார் ஒருவரேதான். இவர் கி.பி. பதினெட்டாம் நூற்றாண்டிலே வாழ்ந்தவர் என்பதிலும் ஐயம் இல்லை.

பட்டினத்தார், தாயுமானார், இருவர் பாடல்களிலும் சமரச சன்மார்க்க போதனைகள் பல நிறைந்திருக்கின்றன. இருவர் பாடல்களும், அவர்களைச் சிவனடியார்கள் - சிவபக்தர் கள் என்று எண்ணும்படியே அமைந்திருக்கின்றன. ஆயினும், அவர்கள் பாடல்களிலே மத வெறுப்பைக் காண முடியவில்லை.

பட்டினத்தார், தாயுமானார் இருவரும் எந்தத் தெய்வங்களையும் இகழ்ந்து பேசவில்லை. எந்த மதங்களையும் கண்டித்துப் பாடவில்லை. யாரிடத்திலும் அவர்கள் வெறுப்புக் காட்டவில்லை. ஒன்றே தெய்வம்: தெய்வத்தை உள்ளத்திலே காணலாம்; அன்பு, அருள், அறிவு, இன்பம், ஒளி இவைகள் தெய்வ வடிவம் என்று இவர்கள் காட்டும் தத்துவம் அனைவர்க்கும் பொதுவானது.

பட்டினத்தார், தாயுமானார் இருவரும் வெறும் தத்துவ ஞானிகள் மட்டும் அல்லர்; உலக அனுபவம் நிறைந்தவர்கள். இதனை அவர்கள் பாடல்களிலே காண முடிகின்றது. உலகில் நடைபெறும் வஞ்சனை, சூதுகளை யெல்லாம் எடுத்துக் காட்டிப் பாடியிருக்கின்றனர். உலகில் உள்ள மக்களின் பலதிறப்பட்ட பண்புகளை யெல்லாம் எடுத்துக் காட்டியிருக்கின்றனர். மக்கள் அனைவரும், ஒன்றுபட்டுச் சமாதானமாக வாழ்வதற்கு இவர்களின் பாடல்கள் வழிகாட்டுகின்றன.

மக்களுக்கு அறிவுரையும், சன்மார்க்கத்தையும் போதிக்கும் பட்டினத்தார் பாடல்களும், தாயுமானவர் பாடல்களும், தமிழ் மக்கள் அனைவராலும் போற்றப் படுகின்றன. அப்பாடல்களின் பெருமையை எடுத்துக் காட்டுவதே இந்நூலில் அமைந்திருக்கும் கட்டுரைகளின் நோக்கம்.

சாமி. சிதம்பரன்

1. பட்டினத்தார்

தமிழ்நாட்டிலே பட்டினத்தார் என்றால், ஒரு பெருமையுண்டு; மதிப்பும் உண்டு. இன்றுள்ள பட்டினத்தில் வசிப்பவர்களை இப்பெயரிட்டு அழைப்பதாக நினைத்து விடாதீர்கள். பட்டினத்தார் - பட்டினத்துப் பிள்ளையார் - பட்டினத்தடிகள் என்ற பெயருடன் பன்னூறாண்டுகளுக்கு முன் வாழ்ந்த ஒரு பெரியாரைக் குறிப்பதே இப்பெயர்.

இவர் காவிரிப்பூம்பட்டினத்திலே பிறந்து, இன்றுள்ள சென்னைப் பட்டினத்திற்கு அருகில் உள்ள திருவொற்றியூருக்கு வந்து அடக்கமானவர். இவரைப் பற்றித் தமிழ் மக்கள் அனைவரும் அறிவார்கள். இவருடைய பாடல்கள் தமிழ்நாட்டில் பெயர் பெற்றவை.

இவ்வுலகிலே எல்லாம் நிலையற்றவை என்று வேதாந்தம் பேசுகிறவர்கள் எல்லோரும் பட்டினத்தார் பாடல்களை எடுத்துச் சொல்லுவார்கள்.

இப்பட்டினத்தார் செல்வக் குடியிலே பிறந்தவர்; பின்னர் துறவியானவர் என்று வரலாறு வழங்குகின்றது.

இவர் பெயரால் வழங்கும் பாடல்கள் இரு பகுதிகளாக வழங்குகின்றன. ஒரு பகுதிப் பாடல்கள் சைவத் திருமுறைகளில் ஒன்றாகிய பதினொராம் திருமுறை என்னும் நூலில் காணப் படுகின்றது. அதிலே பட்டினத்தார் பெயரால் ஐந்து பிரபந்தங்கள் காணப்படுகின்றன.

பதினொராம் திருமுறையில் உள்ள பட்டினத்தார் பாடல்கள் பக்திச் சுவை நிறைந்தவை. பழந்தமிழ்ப் பண்பாட்டை யொட்டிய பாடல்கள் - அகப்பொருள் துறை அமைந்த

பாடல்கள் - அவற்றிலே நிறைந்திருக்கின்றன. நல்ல உவமைகளையும், சிறந்த வர்ணனைகளையும் அப்பாடல்களிலே காணலாம். பட்டினத்தார் சிறந்த தமிழ்ப் புலமை படைத்தவர் என்பதைப் பதினோராம் திருமுறைப் பாடல்கள் காட்டுகின்றன.

பட்டினத்துப் பிள்ளையார் பாடல் திரட்டு என்று மற்றொரு நூல் வழங்குகின்றது. இந்நூல் பாடல்கள் மிகவும் எளிய நடையில் அமைந்தவை. பதினோராம் திருமுறைப் பாடல் களையும், இப்பாடல்களையும் படிக்கும் போது, ஒன்றற்கொன்று ஏற்றத்தாழ்வுகள் காணப்படும்.

பதினோராம் திருமுறைப் பாடல்கள் சிறந்த இலக்கியத் தமிழ்; பழந்தமிழ்ச் சிறப்பை - போக்கை - அமைப்பைப் பின் பற்றி இருப்பவை. பாடல் திரட்டில் உள்ள பாடல்கள் எளிய பாடல்கள்; அனைவரும் பொருள் உணரக்கூடிய, இனிமையான பாடல்கள் என்றும் கூறலாம்.

இந்தப் பட்டினத்துப் பிள்ளையார் பாடல் திரட்டிலே உலக வாழ்க்கை நிலையற்றது; செல்வங்கள், உறவு, சுற்றம், பெண்டு பிள்ளைகள் எல்லாம் நிலையற்றவை; நாம் செய்யும் புண்ணிய பாவங்களின் பலன்கள்தாம் நம்மைப் பற்றுவன, நாம் இறந்த பின்னும் நம்மோடு தொடர்வன என்ற உபதேசங்களே இப்பாடல் தொகுதியிலே அடங்கிக் கிடக்கின்றன.

இல்லறத்தை விடத் துறவறமே உயர்ந்தது என்ற கொள்கையைப் இப்பாடல்கள் வலியுறுத்துகின்றன.

சங்கராச்சாரியார் அவர்களால் வடமொழியிலே பாடப்பட்ட பஜகோவிந்தம் என்றொரு நூல் உண்டு. அதிலே உலக நிலையாமைதான் மிகுதியாக வலியுறுத்தப்படுகின்றது. உலகத்தில் காணப்படுவனவெல்லாம் அழிவன; ஆகையால் அழியாத பரம்பொருளை அடையவேண்டும் என்ற கருத்துப் பஜகோவிந்தத்திலே காணப்படுகின்றது.

பட்டினத்தார் பாடல் திரட்டிலேயுள்ள செய்யுட்கள் பஜகோவிந்தத்தின் கருத்துக்களையே கொண்டிருக்கின்றன.

வேதாந்தக் கருத்துக்களை விளக்கிக் காட்டுவதிலே பட்டினத்தார் பாடல்கள் சிறந்து விளங்குகின்றன. அப்பாடல்கள் படிப்பதற்கு இனிமையாகவும், எளிதாகவும் இருப்பதனால் பலர் அப்பாடல்களைப் படித்து மகிழ்கின்றனர்.

பதினோராம் திருமுறையில் உள்ள பட்டினத்தார் பாடல்கள் பக்தி மார்க்கத்தையே பெருமபாலும் வலியுறுத்துவன. பட்டினத் தார் பாடல் திரட்டு பெரும்பாலும் ஞானமார்க்கத்தையே வலியுறுத்துகின்றன.

செய்யுளின் நடை, கருத்து - இவைகளைக் கொண்டு, பதினோராம் திருமுறையில் உள்ள பிரபந்தங்கள் பாடிய பட்டினத்தார் வேறு, பட்டினத்தார் பாடல் திரட்டு ஆசிரியரான பட்டினத்தார் வேறு என்றுதான் எண்ண வேண்டியிருக்கிறது.

அருணகிரிநாதர், கி.பி. பதினைந்தாம் நூற்றாண்டின் முற்பகுதியிலே வாழ்ந்தவர். அருணகிரியர், பட்டினத்தாரின் குமாரர் என்று கூறுவோர் உண்டு. இது உண்மையானால், இந்தப் பட்டினத்தார் கி.பி. பதினான்காம் நூற்றாண்டில் வாழ்ந்தவராக இருக்க வேண்டும்.

பட்டினத்தார் பாடல்களில், அனைவரும் ஒப்புக் கொள்ளக் கூடிய சமரசக் கருத்துக்கள் காணப்படுகின்றன. அவருடைய பாடல்கள் சிவபெருமானைக் குறித்துப் பாடப்பட்டிருப்பன வாயினும், அவர் கூறும் நீதிகளும், உலக நிகழ்ச்சிகளும், கடவுளைப் பற்றிய கருத்துக்களும் பலரும் ஒப்புக்கொள்ளும் முறையில் அமைந்திருக்கின்றன. ஆதலால் இப்பட்டினத்தார் ஒரு சமரச சன்மார்க்க ஞானி என்பதில் ஐயம் இல்லை.

பட்டினத்தார் பாடல் திரட்டில் உள்ள சமரசக் கருத்தை விளக்கும் முறையிலேயே சில கட்டுரைகள் எழுதப்பட்டிருக்

கின்றன. அவர் கருத்தைப் பின்வரும் கட்டுரைகளில் காணலாம்.

2. உயர்ந்த மனிதன்

பட்டினத்தார் பாடல்களிலே பழந்தமிழர் கருத்துக்கள் பலவற்றைக் காணலாம். உலக இயற்கையை - உலக மக்களின் இயல்பை - அவர்கள் உள்ளத்தை - அப்படியே படம் பிடித்துக் காட்டும் பாடல்கள் பல உண்டு.

பட்டினத்தார் பாடல் திரட்டில் முதலில் அமைந்திருப்பது திருவேகம்ப மாலை என்னும் பகுதி. அதன் முதல்பாட்டு குறிப்பிடத்தக்கதொரு செய்யுள். இவ்வுலகில் வாழும் மக்களின் இயல்பை எடுத்துக்காட்டுகின்றது.

இவ்வுலகில் எத்தனையோ பேர் பெரிய தர்மங்களை யெல்லாம் செய்கின்றனர்; அப்படித் தர்மம் செய்கின்றவர்கள் யார்? அவர்கள் செய்யும் தொழில்கள் என்ன? வியாபாரங்கள் யாவை? என்பதைச் சிறிது கவனித்தால் போதும்; தருமம் செய்கின்றவர்களின் நோக்கம் விளங்கிவிடும். வியாபாரத்திலே கொள்ளை இலாபம் அடிப்போர் மருத்துவ சாலைகள் கட்டுகின்றனர்; கோயில்கள் கட்டுகின்றனர்; பள்ளிக் கூடங்கள் கட்டுகின்றனர்; ஏழைகளுக்கு அன்னம் இடுகின்றனர்; உடுக்கத் துணிகள் உதவுகின்றனர். இவை போன்ற பல அறங்கள் செய்வதைக் காண்கின்றோம்.

இவ்வாறு அறம் செய்வோர் அனைவரும், பணத்தின் மேல் ஆசையில்லாமல் செய்கிறார்களா? உள்ளத்திலே தியாகத் தன்மை கொண்டு செய்கின்றார்களா? என்று சிந்தித்தால் உண்மை விளங்கும். இவர்களிலே பலர், மேலும் தங்கள் வியாபாரம் பெருகுவதற்கு, இத்தருமங்களை விளம்பரங்களாகவே பயன்படுத்திக் கொள்ளுகின்றனர். அவர்களுடைய வியாபாரத்தில், தருமம் செய்வதும் ஒரு

பகுதியாக அடங்கியிருப்பதை ஒரு சிலர்தான் அறிவார்கள். இது இவ்வுலகத்து இயல்பாகும். ஆதலால் அறம் புரிகின்றவர்களையெல்லாம் ஆசையற்றவர்கள் என்று சொல்லி விட முடியாது; மக்கள்மேல் கருணை உள்ளம் படைத்தவர்கள் என்று சொல்லி விட முடியாது.

அறங்கள் பலவற்றைச் செய்கின்றவர் ஆசையுள்ளவர் களாயிருக்கலாம்; மேலும் மேலும் செல்வத்தைக் குவிக்கின்ற வர்களாயிருக்கலாம்; தாங்கள் செய்யும் தர்மத்தை வியாபாரம் வளர்வதற்கு ஒரு கருவியாகப் பயன்படுத்திக் கொள்ளக் கூடியவர்களாக இருக்கலாம். ஆயினும் இவர்கள் சிறந்தவர்கள் தாம். ஒருவருக்கும் இம்மியளவும் உதவாமல் கோடிக்கணக்காகக் குவித்து வைத்து விட்டுச் சாவோரை விட, இவர்கள் எத்தனையோ ஆயிரம் மடங்கு உயர்ந்தவர்கள் என்பதில் ஐயம் இல்லை.

இவர்களை விட, செல்வம் வேண்டாம்; வியாபாரம் வேண்டாம்; உற்றார் உறவினர் வேண்டாம்; ஊர் வேண்டாம்; பேர் வேண்டாம்; இன்பம் வேண்டாம்; எல்லாவற்றையும் வெறுத்து வெளியேறுகின்றேன் - என்று துறக்கின்றவன் சிறந்தவன். பொருளைக் கட்டிக் காத்து வைத்துக்கொண்டு - மேலும் மேலும் சேர்த்துக் கொண்டு - அறங்கள் பலவற்றைச் செய்கின்றவனை விடச் செல்வத்தையும், செல்வ ஆசைக்குக் காரணமான இல்லறத்தையும் துறப்பவன் கோடி மடங்கு உயர்ந்தவன்.

இவனைவிட உண்மையாகவே உள்ளத்திலே எவ்விதப் பற்றும் இல்லாமல் துறந்தவன் உயர்ந்தவன். பொருளாசை எளிதிலே விடாது; மண்ணாசை மனிதனை இறுகப் பிடித்துக் கொள்ளும். பெண்ணாசையால் தடுமாற்றம் அடையாதவர்களே இல்லை. புகழுக்கு ஆசைப்படாதவர்கள் ஒருவரும் இல்லை. ஆகையால் உள்ளத்திலே எவ்வித ஆசையும் இல்லாமல் - ஒருவிதப் பற்றும் இல்லாமல் இருப்பவன் உண்மையிலே அமரத் தன்மை

படைத்தவனாவான். அவன் இல்லத்தை விட்டுத் துறந்தவனை விட நூறு கோடி மடங்கு உயர்ந்தவனாவான்.

இவர்கள் எல்லோரையும்விட அளவற்ற பெருமையை உடையவன் ஒருவன் உண்டு. அவன் பலர்க்கும் பயன்படுகின்ற பலவகையான அறங்களைச் செய்வான்; ஆனால் அவைகளை மேலும் பொருள் சேர்ப்பதற்கோ, விளம்பரத்துக்கோ, புகழுக்கோ பயன்படுத்திக்கொள்ள மாட்டான். அவ்வறங் களால் வரும் புண்ணியத்தால் நல்ல கதி - இறந்தபின் நல்ல கதி - கிடைக்கும் என்ற நினைப்பும் கொள்ள மாட்டான்; அறம் புரிவது தனது கடமை என்று கருதியே அவைகளைச் செய்வான்.

இல்லறத்தை விட்டுத் துறந்து போய்விடவும் மாட்டான்; பெண்டு பிள்ளைகளுடன், உற்றார் உறவினருடன் கூடியே வாழ்வான்; மகிழ்சசியாக - இன்பத்தை நுகர்பவன் போல் வாழ்ந் திருப்பான்; ஆனால் குற்றமற்ற நூல்களைக் கற்றறிந்தவனாக இருப்பான்; சிறந்த அறிவு உள்ளவனாக இருப்பான். நல்வினை தீவினையைப் பற்றிக் கவலைப்பட மாட்டான்; தான் செய்யும் வேலைக்குப் பலனை எதிர்பார்க்க மாட்டான்; மற்றவர்களுக்கு நன்மை செய்வதே தான் பிறவி எடுத்ததன் கடமை என்று கருதி எப்பொழுதும் பணி புரிந்து கொண்டிருப்பான். அவன் இவ்வுலகில் எல்லோரையும் போல் வாழ்ந்தாலும், பற்றற்று வாழ்வான்; உலகப் பற்றைக் கடந்தவனாக இருப்பான். இப்படிப் பட்டவனே உண்மையான தியாகி என்பவன். இவனுடைய பெருமை, சொல்லால் அளவிட்டுக் கூறக்கூடிய தன்று. இத்தகைய தியாகிகளால் தான் இவ்வுலகம் வாழ்கிறது; முன்னேறுகிறது.

இச்செய்தியை எடுத்துரைக்கின்றது அப் பாடல். அப் பாடல் கீழ்வருவது:

அறந்தான் இயற்றும் அவனிலும்
கோடி அதிகம் இல்லம்
துறந்தான்; அவனிற் சதகோடி

உள்ளத் துறவு உடையோன்;
மறந்தான் அறக்கற்று அறிவோடு
இருந்து இருவாதனை அற்று
இறந்தான் பெருமையை என்சொல்லு
வேன்;கச்சி ஏகம்பனே!

இப்பாடல் செயற்கரிய செய்வர் பெரியர் என்ற திருக்குறளின் கருத்தோடு இசைந்திருப்பதைக் காணலாம்.

இச்செய்யுளின் பொருள் கீழ்வருவது:

பல அறங்களையும் தவறாமல் செய்யும் இல்லற வாழ்க்கையையுடையவன் சிறந்தவன்; உயர்ந்தவன். அவனைக் காட்டிலும் அந்த இல்லற இன்பத்தையும் வெறுத்துத் துறவறத்தை மேற்கொள்ளுகிறவன் உயர்ந்தவன்; அவன் இல்லறத்தானை விட கோடி மடங்கு உயர்ந்தவன்.

இல்லற இன்பத்தை வெறுத்துத் துறவு பூண்டவனை விட உண்மையிலேயே உள்ளத்திலே துறவு பூண்டவன் உயர்ந்தவன். மனத்தால் எந்த இன்பத்தையும் எண்ணாமல் தன்னலந் துறந்து வாழும் உள்ளத்துறவுள்ளவன் சாதாரண துறவியைவிட நூறு கோடி பங்கு உயர்ந்தவன். இவனைக் காட்டிலும் உயர்ந் தவன் - சொல்ல முடியாத பெருமையுள்ளவன் யாரென்றால், கேளுங்கள் சொல்லுகிறேன்; குற்றமற்ற கல்வி கற்றவன்; கற்றதோடு மட்டும் நில்லாமல் அறிவுநெறியிலே நிற்பவன்; அறிவு நெறியிலே நிற்பதோடு நல்வினை, தீவினைப் பலன் களிலே நாட்டம் இல்லாமல் தன் கடமையைச் செய்து வாழ்கின்றவன் ஆகிய இத்தகையவனே அளவிட முடியாத பெருமையுள்ளவன். இக்கருத்தையே விளக்குகின்றது இப்பாட்டு.

இப்பாட்டின் பொருளை நன்றாகச் சிந்தித்துப் பார்த்தால் கீழ்க்கண்ட முடிவுக்குத்தான் வர வேண்டும்:

இல்லறத்தில் வாழ்வோன் இல்லற தர்மங்களை விடாமல் பின்பற்றி நடக்கவேண்டும்; துறவு பூண்டவன், வெளிவேடத் துறவியாக இல்லாமல் உள்ளந் துறந்தவனாக இருக்க வேண்டும். யாராயிருந்தாலும், குற்றமறக் கற்று, அறிவுநெறியிலே வாழ்ந்து, தன்னலம் கருதாமல் உழைத்து வாழ்கின்றவன் எல்லோரினும் உயர்ந்தவன்.

இதுவே இச்செய்யுளின் முடிந்த கருத்தாகும்.

உள்ளத்திலே எவ்வித ஆசையும் இல்லாமல், ஒழுக்கந் தவறாமல், பிறர் நன்மைக்காக உழைப்பவனே உண்மையான துறவி. அவனே அளவற்ற பெருமைக்கு உரியவன் என்பதை இப்பாடல் மூலம் எடுத்துரைத்தார் பட்டினத்தார்.

இவை போன்ற சிறந்த கருத்துள்ள பாடல்கள், பட்டினத்தார் பெயரால் வழங்கும் பாடல் திரட்டிடலே இருக்கின்றன. எந்த நெறியிலே சென்றாலும் உண்மையைப் பின்பற்றி வாழ வேண்டுமென்பதே தமிழர் உள்ளம் என்பதற்கு இப்பாடல் ஓர் எடுத்துக்காட்டாகும்.

3. உதவாக்கரை மனிதர்கள்

இவ்வுலகிலே எத்தனையோ விதமான மனிதர்களைப் பார்க்கிறோம். அவர்களிலே பலவகையான மாறுபாடுகள்; தோற்றங்கள். உருவத்திலே உயரம்; குட்டை; பருமன்; ஒல்லி - இத்தகைய வேற்றுமை. நிறத்திலே கருப்பு; சிவப்பு; வெண்மை; மாநிறம் - இத்தகைய நிறவேறுபாடுகள். ஒவ்வோர் அங்கங்களிலும் சிறிது சிறிது வேறுபாடுகள்.

இவ்வேறுபாடுகள் இயற்கையானவை; அவரவர்கள் வாழும் இடத்தைப் பொறுத்தவை; நாட்டைப் பொறுத்தவை; நாட்டின் தட்பவெப்ப நிலையைப் பொறுத்தவை; ஒவ்வொரு குடும்பத்தையும் பொறுத்தவையும் ஆகும்.

மக்களிடையே தோற்றத்தில் சிறுசிறு வேற்றுமைகள் காணப்பட்டாலும் பண்பாட்டில் ஒன்றாக உள்ள இனத்தினர் உண்டு; மொழியினர் உண்டு; நாட்டினர் உண்டு; மதத்தினர் உண்டு. மக்கள் ஒருவர்க்கொருவர் உதவி செய்துகொண்டு - அன்புடன் ஒன்றுபட்டு வாழ்வதுதான் மனிதத் தன்மையாகும்; மனிதத் தன்மையின் சிறந்த பண்பாடுமாகும். இப்பண் பாட்டுக்கு - மனிதத் தன்மைக்கு - விரோதமாக வாழும் மனிதர்களும் உண்டு.

அத்தகைய மனிதர்கள் யார்? அவர்களால் மனித சமூகத்துக்கு என்ன பயன்? அவர்கள் மனிதர்களாகப் பிறந்ததனால் என்ன பயன்? என்று நம்மைச் சிந்திக்கும்படி செய்கிறார் பட்டினத்தார்.

ஒன்றிலும் பட்டுக்கொள்ளாமல் ஒதுங்கியிருக்கும் மனிதர்கள் சிலர்; இடி இடித்தாலும், மழை பெய்தாலும் அவர்கள்

கவலைப்படவே மாட்டார்கள்; நல்ல காரியங்களிலும் தலையிட மாட்டார்கள்; கெட்ட காரியங்களிலும் தலையிட மாட்டார்கள். அவர்கள் உண்டு, அவர்கள் வேலை உண்டு; உழைப்பார்கள்; உண்பார்கள்; உறங்குவார்கள்; பெண்டு பிள்ளைகளுடன் வாழ்வார்கள்; சாவார்கள். இவர்கள் வாழும் பொழுதும் இவர்கள் பெயரைப் பிறர் அறியார்; இவர்கள் செத்த பின்னும் இவர்களைப்பற்றி யாரும் எதுவும் பேச மாட்டார்கள். இவர் களால் யாருக்கும் நன்மையும் இல்லை; தீமையும் இல்லை. இம்மாதிரியான மனிதர்களைப் பற்றிக் கவலைப்பட வேண்டியதேயில்லை.

வெறுக்கத்தக்க சில மனிதர்கள் உண்டு; மற்றவர்கள் பார்த்து அஞ்சத்தக்க சில மனிதர்கள் உண்டு. அவர்கள் யார் என்பதைத்தான் நாம் அறியவேண்டும். அவர்களிடம் - அத்தகைய மனிதர்களிடம் - நாம் கொஞ்சம் பாதுகாப் புடனேயே நடந்து கொள்ள வேண்டும். அம்மனிதக்ள் யார் என்று பட்டினத்தார் சொல்லுகிறார். அனைவருக்கும் புரியும் படி மிகவும் தெளிவாக அம்மனிதர்களின் இயல்பை எடுத்துக் காட்டுகிறார்.

வீண் வாதத்துக்கும் வீண் சண்டைக்கும் போவார்கள்; வாதுக்கு வரமாட்டோம் என்றாலும், சண்டைக்கு வரமாட்டோம் என்றாலும் விடமாட்டார்கள்; வலிய மடியைப் பிடித்து இழுப்பார்கள்; மீண்டும் வருவார்கள்; பிறர் கேட்கா விட்டாலும் - கேட்க விரும்பாவிட்டாலும் - தமது வழக்கை மற்றவர்களிடம் சொல்லுவார்கள்; அவர்களைக் கேட்கும்படி வற்புறுத்துவார்கள்.

நன்மைக்கு உதவி செய்யமாட்டார்கள்; தீமை யென்றால் அதற்கு உதவி செய்யப் பின்வாங்க மாட்டார்கள்; தாராளமாக உதவி செய்வார்கள்; தீமைகளை வளர்ப்பதிலே அவர்களுக்கு ஓர் அலாதியான ஆனந்தம்.

தினந்தோறும் துன்பப்பட்டுப் பொருளைத் தேடுவர். அப்பெருளைத் தாம் விரும்பும் பெண்ணுக்குக் கொடுத்து,

அப் பெண்ணையே சரணாகதியாக அடைந்து கிடப்பர்; அவள் ஆசையிலே மயங்கிக் கிடப்பர்; தம் ஆயுள் முடியும் மட்டும் - அதாவது தாம் சாகும் வரையிலும் இப்படியே நாளைப் போக்கு வார்கள்.

இப்படிப்பட்ட மனிதர்கள் இவ்வுலகிலே ஏன் பிறந்தார்கள்? இறைவனே! காஞ்சியில் உள்ள ஏகம்ப நாதனே! இவர்கள் மனிதர்களாகப் பிறந்து பெற்ற பயன்தான் என்ன?

என்று பாடியிருக்கிறார். இப்பொருள் கொண்ட பாடல் கீழ்வருவது:

வாதுக்குச் சண்டைக்குப் போவார்;
வருவார்; வழக்குரைப்பார்;
தீதுக்கு உதவியும் செய்திடுவார்;
தினம் தேடிஒன்றும்
மாதுக்கு அளித்து மயங்கிடுவார்
விதி மாளுமட்டும்;
ஏதுக்கு இவர்பிறந்தார்? இறைவா!
கச்சி ஏகம்பனே!

இது தீய மனிதர்களின் இயல்பைக் கண்டறிந்து பாடிய பாடல். மேலும் தீயோர் இயல்பைப் பற்றிப் பட்டினத்தார் கூறியிருப்பதைக் காண்போம்.

சில மனிதர்கள் உண்மை என்பதைப் பேசியே அறிய மாட்டார்கள். ஓயாமல் பொய் பேசுவதில்தான் அவர்களுக்கு இன்பம். எதைப்பற்றியாவது, யாரைப் பற்றியாவது பொய் பேசுவதுதான் அவர்கள் வழக்கம். பொய் பேசுவதனால் புகழ் வந்தாலும் சரி, பழி வந்தாலும் சரி - அதைப்பற்றி அவர்கள் கவலைப்படவே மாட்டார்கள். பொய் சொன்னால்தான் அவர்கள் வயிறு நிரம்பம்; நெஞ்சம் மகிழும்.

நல்லவரை ஒருநாளும் போற்ற மாட்டார்கள்; புகழ மாட்டார்கள்; பாராட்ட மாட்டார்கள்; அவர்களைப் பின்பற்றவு மாட்டார்கள். நல்லவர்களைப் பற்றி நாலு

வார்த்தைகளாவது பழித்து - இழித்து - எள்ளி - நகையாடிப் பேசினால்தான் அவர்கள் நாக்கின் அரிப்பு அடங்கும். நல்லோரை நிந்திப்பதனாலேயே தமக்கு மதிப்பு, பெருமை உண்டு என்று நம்பித் திரிவார்கள்.

வசைபாடுவதற்கு இன்னார் இனியார் என்று பார்க்க மாட்டார்கள். தன்னைப் பெற்று வளர்த்த தாயையே நாவில் வந்தபடியெல்லாம் திட்டுவார்கள். முன்னறி தெய்வமாக வணங்க வேண்டிய அன்னையையே தாறுமாறாகப் பழித்துப் பேசும் இவர்கள் மிகவும் பயங்கரமான மனிதர்கள்.

நல்ல செயல்களைப்பற்றிச் சிந்திக்கவே மாட்டார்கள். மற்றவர்கள் துன்புறுவதைக் கண்டால்தான் இவர்கள் மனம் மகிழும். ஆதலால், ஆருக்கு என்ன தீமை செய்யலாம்? எவர் குடியை எப்படிக் கெடுக்கலாம்? எவரை எந்த வம்பிலே மாட்டி வைக்கலாம்? - என்று தான் சதா சதித்திட்டம் போட்டுக் கொண்டேயிருப்பார்கள். திட்டம் போடும் முடிவு செய்து, யாருக்காவது ஏதாவது தொல்லை கொடுத்துக் கொண்டுதான் இருப்பாக்ள்.

நல்ல பொழுது போக்க வேண்டும் என்ற எண்ணமே இவர்களுக்கு ஏற்படுவதில்லை. இவ்வெண்ணம் இருந்தால் நல்லவர்களுடன் நட்புக் கொள்ளுவார்கள்; நல்ல நூல்களை ஆராய்வார்கள்; ஆன் றார்களின் அறிவுரைகளான நல்ல நூல்களின் நுண்ணிய பொருள்களை அறிவார்கள்; அறநெறி யிலே நடப்பார்கள். நல்ல முறையில் பொழுது போக்க வேண்டும் என்ற கருத்து இல்லாதவர்கள் இதை ஏன் செய்யப் போகிறார்கள்? ஆதலால் இவர்கள் அறிவு நூல்களாகிய சாத்திரங்களைத் திரும்பியே பார்க்க மாட்டார்கள்.

இப்படிப்பட்ட மனிதர்கள் யாருக்குத்தான் உதவி செய்வார்கள்? இவர்கள், பிறர் தமக்கு உதவ வேண்டும் என்று மட்டுந்தான் எதிர்பார்ப்பார்கள். தாம் பிறருக்கு உதவினால் தான், தமக்கும் பிறர் உதவுவார்கள் என்ற உண்மையை மறந்தவர்கள் இவர்கள். இவர்கள், பிறர் உழைப்பைச்

சுரண்டுவதையே தொழிலாகக்கொண்டிருப்பார்; தமக்காக உழைத்தவர்க்குச் சரியான ஊதியங்கூடக் கொடுக்க மாட்டார்கள்.

தமக்காக உழைத்தவர்களுக்குக்கூட உதவாத இவர்கள் - அவர்களிடம் இரக்கங் காட்டாத இவர்கள் - தம்மிடம் உதவி தேடி வந்தவர்க்கு உதவவா போகிறார்கள்? ஒருக்காலும் இல்லை. இவர்களிடம் உதவிநாடி வந்தவர்கள் சும்மா வெறுங்கையுடன் திரும்ப வேண்டியது தான்.

இப்படிப்பட்ட மனிதர்கள் இவ்வுலகில் எத்தனையோ பேர் உண்டு. இவர்கள் மனிதர்கள் என்ற உருவில் - பெயரில் - வாழ்வதால் யாருக்கு என்ன பயன்? யாருக்கும் உதவி செய்யாத இவர்கள் இவ்வுலகில் உயிரோடு இருந்தால் என்ன? அல்லது இவ்வுலகை விட்டுப் போய்விட்டால் தான் என்ன? காஞ்சியில் உள்ள ஏகம்பநாதனே! இவர்கள் இருப்பதால் எவருக்கும் இலாபமும் இல்லை; செத்துப் போய் விட்டதால் யாருக்கும் நட்டமும் இல்லை என்று பயனற்ற - தீய - மனிதர்களைப்பற்றிப் பாடியிருக்கிறார் பட்டினத்தார். இப் பாடல் வருமாறு:

ஓயாமல் பொய்சொல்வர்; நல்லோரை
நிந்திப்பர்; உற்றுப்பெற்ற
தாயாரை வைவர்; சதிஆயிரம்
செய்வர்; சாத்திரங்கள்
ஆயார்; பிறர்க்குப காரம்செய்யார்;
தமைஅண் டினர்க்குஒன்று
ஈயார் இருந்தென்ன? போய்என்ன?
காண் !கச்சி யேகம்பனே!

இப்பாடல் மனிதத்தன்மை யற்றவர்கள் இன்னார் என்பதைக் குறித்தது. மேலே காட்டிய பாடலும், உதவாக்கரை மனிதர்கள் யாவர் என்பதைக் குறித்தது.

இப்பாடல்களின் மூலம் பட்டினத்தார், மக்களுக்கு அறிவுரை கூறினார். உலக மக்களே! நீங்கள் உதவாக்கரைகளாக நடமாட

வேண்டாம். மனித சமுதாயத்துக்கு உதவி செய்யும் உத்தம மனிதர்களாக வாழுங்கள்! பண்புள்ள மனிதர்களாக வாழுங்கள்! வாழ முயலுங்கள்! என்று அறிவுறுத்துவதைக் காண்கிறோம்.

4. நன்மையும் புகழும்

எத்தனையோ கோடி மக்கள் இவ்வுலகில் பிறக்கின்றனர்; வாழ்கின்றனர்; இறக்கின்றனர். இவர்களின் கணக்கைக் குறித்து விட முடியாது. இவ்வுலகில் ஒவ்வோராண்டும் இத்தனை மக்கள் பிறக்கின்றனர், இத்தனை மக்கள் இறக்கின்றனர், இத்தனை மக்கள் உயிர் வாழ்கின்றனர் என்று கணக்கெடுத்துவிடலாம். பிறப்பு இறப்புக் கணக்கு, மக்கள் தொகைக் கணக்கு இவற்றைக் கொண்டு மேற்சொல்லிய எண்ணிக்கையை ஒருவாறு சொல்ல முடியும்.

ஆனால் உலகம் தோன்றிய நாள்முதல் இன்று வரையிலும் எத்தனை மக்கள் பிறந்து இறந்தார்கள் என்ற கணக்கை யாராலும் அளவிட முடியாது. அக்கணக்கு எண்ணில் அடங்காத கோடி யாகும்.

இப்படிப் பிறந்து இறந்த கோடிக்கணக்கான மக்களிலே சில மக்களின் பெயர் இன்றும் வழங்கப் படுகிறது. அவர்கள் இவ்வுலகத்தை விட்டுச் சென்று எத்தனையோ ஆயிரம் ஆண்டுகள் ஆகியிருக்கலாம். ஆயிரக்கணக்கான ஆண்டுகளுக்கு முன்னே மறைந்து போனவர்கள் இன்று நம்மால் நினைக்கப் படுகின்றனர்.

ஒரு சில மனிதர்கள் பெயர்கள் மட்டும் இவ்வாறு மறைந்து போகாமல் மக்கள் மனத்திலே ஒட்டிக் கொண்டிருப்பதற்குக் காரணம் என்ன? இதைத்தான் நாம் ஆராய வேண்டும்.

இவ்வுலகில் இன்று வாழும் மக்களுடைய வாழ்க்கையை ஆராய்ந்து பார்த்தால் இவ்வுண்மை விளங்கும். பொதுவாக எல்லா மக்களும் உழைக்கின்றனர்; பொருள் சேர்க்கின்றனர்;

தாமும் தமது பெண்டு பிள்ளைகளும் இன்புற்று வாழ்கின்றனர். உழைப்பால் போதிய வருமானம் கிடைக்காமல் துன்புறும் மக்களுங் கூடப் போதிய வருமானம் பெறவேண்டும்; அதனால் அல்லல் நீங்கி, நன்மைகள் அனைத்தும் பெற்று வாழவேண்டும் என்னும் ஆசையுடன் இடைவிடாமல் உழைக்கத்தான் செய்கின்றனர்.

சிலர், தாங்கள் இன்பம் அனுபவிக்காவிட்டாலும், தமது பெண்டு பிள்ளைகள் இன்பம் அனுபவிக்க வேண்டும் என்ற எண்ணத்துடன் உழைக்கின்றனர். வயிற்றைக் கட்டி, வாயைக் கட்டிப் பொருள் சேர்ப்போர் பலரைக் காண்கிறோம். தங்கள் பெண்டு பிள்ளைகளின் மேல் வைத்திருக்கும் அன்பும் ஆசையும் தான் இவர்கள் இப்படி உழைப்பதற்குக் காரணம்.

உலகிலே உள்ள பெரும்பாலான மக்களின் வாழ்க்கை இப்படித்தான் இருக்கின்றது. இப்படிப்பட்ட மக்களிலே சிலர் மனிதத்தன்மைக்கு மாறாக நடந்து கொள்ளுவதைக் கூடக் காண்கிறோம். இவர்கள் தங்கள் மனைவி மக்கள் நன்றாக இன்புற்று வாழவேண்டும் என்பதற்காகப் பிறரைத் துன்புறுத்துவதைக் கூடக் காண்கிறோம். மற்றக் குடும்பத்தினரைத் தவிக்க விட்டு, அவர்களுடைய செல்வங்களைப் பறித்துக் கொள்ளும் மோசக்காரர்கள் உண்டு. இந்த மோசக்காரர்கள் பிறர் துன்பத்தைப் பற்றிக் கவலைப்படுவதே இல்லை. தாம் வாழ்ந்தால் போதும், தமது மனைவி மக்கள் வாழ்ந்தால் போதும் என்ற ஒரே நோக்கத்துடன் காரியங்களைச் செய்து வருகின்றனர்.

இத்தகைய மக்கள் - தம்மைப் பற்றியும் தமது மனைவி மக்களைப் பற்றியும் மட்டுமே கவலை கொண்ட மக்கள் - இன்றும் இருக்கின்றனர்; அன்றும் இருந்தனர். இவர்களின் எண்ணிக்கை அளவில் அடங்காது. பெரும்பாலான மக்கள் இப்படித்தான் வாழ்ந்து மறைந்தார்கள். இத்தகைய மக்களின் பெயரை நினைத்துப் பார்க்கின்றவர்கள் அவர்களுக்குப் பின் யாரும் இல்லை. அவர்களுடைய பிள்ளைகள், பேரன்கள், கொள்ளுப் பேரன்கள் கூட அவர்கள் பெயரைச் சில

தினங்களில் மறந்து போயிருப்பார்கள். அவர்கள் குடும்பத்தாரே அவர்களைப் பற்றி நினைக்காத போது, பொதுமக்களுக்கு அவர்களைப் பற்றிய நினைப்பு எப்படி வரும்?

ஆகவே சாதாரணமாகக் குடும்பம் நடத்தி வாழ்ந்து மடியும் மக்கள், மறக்கத்தான் படுவார்கள். அப்படி யில்லாமல், மக்கள் வாழ்வுக்காக - பொதுமக்களின் நன்மைக்காகத் தம்மைத் தியாகஞ் செய்த மக்கள் பெயர் என்றும் மறையாது. இத்தகைய தியாகிகள்தாம் ஆயிரக் கணக்கான ஆண்டுகளாக மக்கள் மனத்திலே நிலைத்திருக்கின்றனர்.

தந்நலமற்ற தியாகிகளே இன்று தெய்வீகத் தன்மை படைத்தவர்களாகக் கொண்டாடப்படுகின்றனர்; அவதார புருடர்களாகப் பாராட்டப்படுகின்றனர். உலக மக்களை யெல்லாம் ஒன்றாகக் கருதும் மக்கள்தாம் இத்தகைய தியாகி களாக முடியும். தாம் செய்யும் நன்மை ஒன்று தான் தம்முடன் வருவது; தாம் செத்தாலும் தம்மை இவ்வுலகில் பலரும் கொண்டாடும்படி செய்வது என்ற உண்மையை அறிந்தவர்களே தம்மையும் தமது மனைவி மக்களையும் காப்பாற்று வதிலே மட்டும் காலம் போக்க மாட்டார்கள்.

மனைவியாகட்டும், மக்களாகட்டும், நம்முடைய உதவியைப் பெறும் வரையிலும்தான் நம்மிடம் அன்பு காட்டுவார்கள். நம்மால் அவர்களுக்கு உதவியில்லா விட்டால் அவர்களும் நம்மை வெறுக்கத்தான் செய்வார்கள். உயிருக்கு உயிராக நேசிக்கும் மனைவியானாலும் சரி, மக்களானாலும் சரி, எத்தனை பேர் கணவன் இறந்தவுடன் உயிர் விட்டிருக்கின்றார்கள்? எத்தனை பேர் தந்தை மாண்டவுடன் உயிர் விட்டிருக் கின்றார்கள், இந்த உண்மையைப் பட்டினத்தார் ஒரு பாடலில் எடுத்துக்காட்டு கின்றார்.

“கட்டி அணைத்திடும் பெண்டிரும் மக்களும்
காலத்தச்சன்,
வெட்டி முறிக்கும் மரம் போல் சரீரத்தை

வீழ்த்தி விட்டால்,
கொட்டி முழக்கி அழுவார் – மயானம்
குறுகி அப்பால்
எட்டி அடிவைப்பரோ? இறைவா !கச்சி
ஏகம்பனே!"

இந்தப் பாட்டிலே கூறப்படும் உண்மை, யாராலும் மறுக்க முடியாதது; உலகில் இயற்கையாக ஒவ்வொரு நாளும் நடைபெறுவது, ஒருவன் இறந்த பின் அவனைக் கொட்டு முழக்குடன் கொண்டு போய்ச் சுடுகாட்டிலே கொளுத்துகின்றனர்; அல்லது புதைக்கின்றனர், அவ்வளவோடு சரி. அவனுடைய மனைவி மார்களோ, மக்களோ சுடுகாட்டுக்கு அப்பால் வருவதில்லை.

இந்த உண்மையை எடுத்துக்காட்டுவதன் மூலம் மக்களுக்கு ஓர் அறிவை ஊட்டுகின்றார். புகழ்பட வாழுங்கள்; எல்லோர்க்கும் நன்மை செய்யுங்கள்; எல்லா மக்களையும் உறவினராகக் கருதி உழையுங்கள்; உதவி புரியுங்கள். அதனால் வரும் நன்மையும் புகழும் நீங்கள் இறந்த பின்னும் உங்களுடன் வருவதாகும் என்பதுதான் இப்பாடல் மக்களுக்கு உணர்த்தும் அறிவுரை.

இவ்வாறு இயற்கையான உலக நிகழ்ச்சியை எடுத்துக் காட்டி உண்மை அறிவை ஊட்டும் அரும்பாடல்கள் பல தமிழ்மொழியில் உண்டு. அவற்றுள் இது ஒன்று.

5. கல்லிலும் செம்பிலுமா கடவுள்?

மக்களிடம் ஆதிகாலத்திலே கடவுள் நம்பிக்கை இல்லை; இருந்ததென்று சொல்ல முடியாது. கடவுள் நம்பிக்கையே இல்லாமல் அவர்கள் வாழ்ந்த காலம் ஒன்றுண்டு. அவர்கள் ஓரளவு நாகரிகம் பெற்ற பிறகுதான் அவர்களிடம் தெய்வ நம்பிக்கையும் பிறந்தது. தெய்வ நம்பிக்கையும் அவர்கள் உள்ளத்தில் உதித்த பயத்திலிருந்து பிறந்ததுதான். இடி, மின்னல், காற்று, வெள்ளம், தீ, ஆறு, மலை போன்ற இயற்கைகளை யெல்லாம் அவர்கள் தெய்வங்களாக நம்பினர்; வணங்கத் தொடங்கினர்.

அவர்கள் தாங்கள் நம்பிய தெய்வங்களுக்குக் கல்லை நட்டுவைத்து வணங்கினர்; நாளேற நாளேற மரத்தில் உருவஞ் செய்து வைத்து வணங்கினர்; கல்லிலும் உருவம் செய்து வைத்து வணங்கினர்; உலோகங்கள் கண்டு பிடிக்கப்பட்டவுன் செம்பு முதலிய உலோகங்களிலும் உருவங்கள் செய்து வைத்து வணங்கினர்.

தெய்வங்களுக்கு உருவம் வைத்து வணங்கும் வழக்கம் ஒருகாலத்தில் உலகம் முழுவதும் குடிகொண்டிருந்தது.

உருவ வணக்கம் செய்யும் மக்கள், உருவங்களுக்குப் பூசை போட்டுத் திருவிழாச் செய்து கொண்டாடுகின்றனர். அத் தெய்வங்களைப் பற்றி ஏறக்குறைய மனிதர்களைப் போலவே வரலாறுகள், கதைகள் சொல்லி அவற்றைப் பாராட்டு கின்றனர். இன்றும் தெய்வங்களுக்கு உருவச் சிலை செய்து வைத்து வணங்கும் வழக்கம் உலகத்தை விட்டு மறைந்துவிட வில்லை. நமது நாட்டில் இவ்வழக்கம் மிகுதியாக இருக்கின்றது.

உருவ வணக்கம் காரணமாக மக்களிடம் ஒருவித மூட நம்பிக்கை வளர்ந்து வருவதைக் கண்ட அறிஞர்கள் பலர் அதைக் கண்டித்திருக்கின்றனர். உருவ வணக்கம் கடவுளையே அவமானப் படுத்துவதாகும்; உருவத்தை வணங்குவோன் நாத்திகன் என்று கூறிய அறிஞர்கள் உண்டு; இக்கொள்கையை ஒப்புக்கொள்ளும் மதங்களும் உண்டு.

நமது நாட்டிலே பிறந்த ஞானிகள் சிலரும் உருவ வணக்கத்தைக் கண்டித்திருக்கின்றனர். எங்கும், எல்லாப் பொருள்களிலும் பரந்துள்ள இறைவனை ஒரு கல்லிலோ, ஒரு மரக்கட்டையிலோ, ஒரு செம்புப் பதுமையிலோ இருப்பதாக நினைப்பது அறியாமை என்று பலர் பாடியிருக்கின்றனர். சிறப்பாகச் சித்தர்கள் என்பவர்களிலே பலர் இக்கருத்தை வெளியிட்டிருக் கின்றனர். உலக நிலையாமையைப் பன்னிப் பன்னிப் பாடும் பட்டினத்தாரும் விக்கிரகங்களில் இறைவன் இல்லை என்றே பாடியிருக்கின்றனர். அவர் பாடியுள்ள பாடல்களிலே இரண்டு பாடல்களைக் காண்போம்.

இறைவன் எங்கேயிருக்கின்றான் என்று தேடித் திரிந்து தடுமாற வேண்டாம்; அவன் சொல் வடிவமாக நிற்கின்றான்; ஆதலால் சொல்லிலே இருக்கின்றான்.

இறைவன் சொல்லின் பொருளாக, சொல்லின் முடிவான பொருளாக இருக்கின்றான்.

சொற்களையும், சிறந்த பொருளையும் கொண்ட வேத மந்திரப் பாடல்களிலே இறைவனைக் காணலாம்; வேத மந்திரங்களின் உருவமாக இறைவன் இருக்கின்றான்.

இரவிலும் இறைவன் பரவியிருக்கின்றான்.

குற்றமற்ற வானவெளியெங்கும் இறைவன் பரந்து நிற்கின்றான். உலகில் உள்ள எல்லாவற்றையும் ஆராய்ந்தவர் கள், எது உண்மை, எது பொய் என்ற உண்மையை அறிந்தவர்கள். பொய்யை விலக்கி உண்மையைப் பின்பற்றி

நடப்பவர்கள் ஆகிய அருளுடையோர் உள்ளத்திலே இறைவன் இருக்கின்றான்; என்றும் இருப்பான்.

யார் இறைவனையே எப்பொழுதும் நினைத்து அன்பு செலுத்துகின்றார்களோ அவர்களை விட்டு இறைவன் பிரியவே மாட்டான். எப்பொழுதும் அவர்களுடனேயே இணைந்து - இரண்டறக் கலந்து வாழ்வான்.

உண்மையாகவே இறைவன் இருக்குமிடம் இவைகள். சொல், சொல்லின் பொருள், வேதம், இரவு, வானவெளி, தத்துவ ஞானிகள் உள்ளம், அன்பர்கள் மனம் - இவைகள் ஈசன் இருக்கும் இடம். இவற்றை விட்டு, கல்லையும், செம்பையும் கட்டிக்கொண்டு அழுவதனால் இறைவனைக் காண முடியுமா? கல்லிலும் செம்பிலுமா எங்கள் சிவபெருமான் வீற்றிருப்பான்? இல்லை; இவ்வுண்மையை உணருங்கள் என்று பாடினார் பட்டினத்தார்.

இப்பொருள் கொண்ட செய்யுள் கீழ்வருவது:

சொல்லினும், சொல்லின் முடிவினும்;
வேதச் சுருதியிலும்,
அல்லிலும், மாசற்ற ஆகாயம்
தன்னிலும், ஆய்ந்துவிட்டோர்
இல்லிலும், அன்பர் இடத்திலும்
ஈசன் இருக்கும்இடம்;
கல்லிலும் செம்பிலுமோ இருப்பான்?
எங்கள் கண்ணுதலே?

என்பதுதான் அச்செய்யுள். மற்றொரு செய்யுளிலும் உருவங்களில் இறைவன் இல்லை என்பதை விளக்கிச் சொல்லுகிறார் பட்டினத்தார்.

உளியிட்டுச் செய்த கல்லுருவத்தை வணங்க மாட்டேன். சுண்ணாம்பைக் கொண்டு, இறைவனுக்கு ஒப்பென்று அமைத்த சுண்ணாம்புச் சிலையை வணங்க மாட்டேன். பிடித்த அழுக் காகிய களிம்பு போகும்படி புளியிட்டு விளக்கி

வைக்கும் செம்பால் ஆகிய உருவத்தையும் வணங்க மாட்டேன். ஏனென்றால், கல்லுருவிலும், சுண்ணாம்புப் பதுமையிலும், செம்புச் சிலையிலும் தெய்வம் இருப்பதாக நம்புவது அறிவீனம்.

மாற்றுயர்ந்த பொன்போல் பிரகாசிக்கும் இறைவனுடைய இரண்டு பாதங்களையும் என் உள்ளத்தில் பதிய வைத்துக் கொண்டேன். இப்படிச் செய்வதுதான் உண்மையாக இறைவனைக் காணும் முறையாகும். இதுவே பிறர் அறியும்படி செய்யும் உண்மையாகும். இவ்வுண்மையை வெளியிட்டு, என் உள்ளத்திலே இரண்டு பாத மலர்களையும் அடைத்து வைத்தேன். இதன் பிறகு நான் வேறு ஒன்றையும் விரும்ப வில்லை. இதுவே எனக்கு எல்லா இன்பங்களையும் தருவதாகும் என்று கூறுகிறது அப் பாடல். அப்பாடல் கீழ்வருவதாகும்:

உளியிட்ட கல்லையும், ஒப்பிட்ட
சாந்தையும், ஊத்தைஅறப்
புளியிட்ட செம்பையும் போற்று
கிலேன்;உயர் பொன்எனவே,
ஒளியிட்ட தாள்இரண்டு உள்ளே
இருத்துவது உண்மை,என்று
வெளியிட்டு, அடைத்துவைத் தேன்;இனி
மேல்ஒன்றும் வேண்டிலனே!

என்பதே அப்பாடல். மேலே காட்டிய இரண்டு பாடல்களும், உருவ வணக்கம் பயனற்றது என்று கூறுவதைக் காணலாம்.

கல்லுருவம், மரச்சிலை, செம்புச் சிலை, சுண்ணாம்பால் செய்யப்பட்ட பதுமை - இவைகளை வணங்கும் வழக்கம் தமிழகத்தில் இன்றும் இருப்பதைக் காண்கிறோம்.

விக்கிரக வணக்கத்தை - உருவ வணக்கத்தை - ஆதரிப்போர் ஒரு கேள்வி கேட்பார்கள். எங்கும் இறைவன் உண்டு; எல்லாப் பொருள்களிலும் இறைவன் உண்டு என்றால், விக்கிரகத்தில் - உருவத்தில் - இறைவன் இருப்பதாக

நினைத்தால் அங்கு வர மாட்டானா? இருக்க மாட்டானா? என்பதுதான் அக்கேள்வி. இக்கேள்விக்கு விடை கூறுவது கொஞ்சம் கடினந்தான்.

மக்களுக்குப் பயன்படும் பல பண்டங்களை, விக்கிரக ஆராதனையின் பெயரால் வீணாக்குவதை - பாழாக்குவதைக் காண்கிறோம். ஆதலால்தான் விக்கிரக வணக்கத்தைச் சிலர் வன்மையாகக் கண்டிக்கின்றனர் போலும். விக்கிரகங்களின் பெயரால் வீணாகும் பண்டங்கள் மக்கள் வாழ்வுக்குப் பயன்பட வேண்டும் என்பதே அவர்கள் கருத்தாக இருக்கலாம். இக் கருத்துடன் தான் அறிவாளிகள் பலர் விக்கிரக வணக்கத்தை வெறுத்துரைக்கின்றனர். இந்நோக்கம் சமரச நோக்கம் என்பதில் ஐயம் இல்லை.

6. சொல்லும் செயலும்

சொல்லுதல் யார்க்கும் எளிது. இன்னபடி நடக்க வேண்டும் இன்னின்ன காரியங்களைச் செய்ய வேண்டும்; இன்னின்ன காரியங்களைச் செய்யக் கூடாது; இவை இவை கெட்ட காரியங்கள்; இவை இவை நல்ல காரியங்கள் என்று சொல்லுவது எளிது. படித்துவிட்டுச் சொல்லலாம்; படித்தவர்கள் சொல்வதைக் கேட்டுவிட்டுச் சொல்லலாம். இச்செய்திகளை அழகாக - கேட்போர் சுவைக்கும்படி - இனிய சொற்களிலே அலங்காரமாகத் தொடுத்துக் கூறலாம். இப்படிப் பேசுகின்ற - எழுதுகின்ற பலரை நாம் பார்க்கின்றோம்.

ஆனால் சொல்வதைப் பின்பற்றி நடப்பது என்பது அவ்வளவு எளிதான செயல் அன்று. அறிவும், ஆற்றலும், நெஞ்சுரமும் உள்ளவர்கள்தாம் சொல்லின்படி நடப்பாக்ள். சொல்லுகின்றவர்கள் பலர்; சொல்லுகின்றபடி நடப்பவர்கள் சிலர். சொல்லுகின்றபடி நடக்க வேண்டுமே என்ற கவலை கூடப் பலரிடம் காணப்படுவதில்லை. இக்காலத்தில் இது நாம் கண் எதிரே காணும் காட்சி. இத்தகைய உலகில் சொல்லுகின்றபடி நடக்காதவர்கள் மிகுந்திருப்பதில் வியப்பில்லை.

சொல்லும் செயலும் ஒன்றாக இருப்பவர்கள்தாம் உத்தமர் களாக - உயர்ந்தவர்களாக - மகாத்மாக்களாக - மக்களால் மதிக்கப்படுகின்றனர்; போற்றிக் கொண்டாடப்படுகின்றனர். இவ்வுலகிலே ஞானிகள் - மகாத்மாக்கள் - தீர்க்கதரிசிகள் - பக்தர்கள் - அருளாளர்கள் - என்று மதிக்கப் பட்டவர்கள் எல்லாம் தாங்கள் உண்மையென்று நம்பியவற்றையே வாய் விட்டு உரைத்தார்கள்; வாய்விட்டு உரைத்த படியே நடந்து

காட்டினார்கள். இவ்வுண்மையைப் பெரியோர்களின் வரலாறுகளிலே காணலாம்.

உண்மை ஞானம் பெற்ற பெரியோர்கள், பிறர்க்கு உபதேசம் செய்யும் முன்பே தமக்கே உபதேசம் செய்து கொள்ளுவார்கள். தமக்குத் தாமே அறிவுரை கூறிக் கொள்ளுவார்கள். முதலில், தாம் எண்ணுகிறபடி - சொல்லுகிறபடி - தாமே நடந்து கொள்ள வேண்டும்; அதன் பிறகுதான் பிறர்க்கு உபதேசம் பண்ணத் தொடங்க வேண்டும் என்பதே அவர்கள் கருத்து. இக்கருத்துடனேயே அவர்கள் தமக்குத் தாமே உபதேசம் செய்து கொள்ளுகின்றனர். இதன்மூலம் தமது உள்ளத்தை - நல்ல நெறியிலே - உறுதியாக நிலைத்து நிற்கும்படி செய்து கொள்ளுகின்றனர். இந்த உண்மையைப் பட்டினத்தார் பாடல்களின் மூலம் காணலாம்.

உலகம் எல்லாம் - உலகில் உள்ள உயிர்கள் எல்லாம் - பேதம் அற்றவை, ஒன்றேயாகும் என்று எண்ணி நடந்துகொள். தெய்வம் உண்டு என்று நம்பியிரு. நமக்கு இன்பத்தைத் தருகின்ற இவ்வுலகில் உயர்ந்த செல்வங்கள் எல்லாம் நிலையற்றவை, அழிந்து போகக்கூடியவை என்பதை அறிந்துகொள்; ஆதலால், இவ்வுலகிலே பசியால் வருந்துவோர் முகத்தைப் பார்த்தால் மனத்திலே இரக்கங் கொண்டு அவர்களுக்கு உதவி செய். நல்ல அறங்களைச் செய்யவேண்டும்; உயர்ந்த ஒழுக்கமும் அறிவும் உள்ளவர்களுடன் நட்புக் கொள்ள வேண்டும்; இதுவே நல்ல செயலாகும் என்று நம்பியிரு. எப்பொழுதும் நடுவுநிலைமை தவறாமல் நடந்துகொள். நமக்கென்று தனித்த செயல் ஒன்றும் இல்லை; எல்லாம் நமக்கென்று ஏற்பட்ட - விதித்த - வினையின் படியே நடைபெறும் என்ற நம்பிக்கையுடன் வெற்றி தோல்வியைக் கண்டு அஞ்சாமல் உன் கடமையைச் செய்து வாழ்க. மனமே! உனக்கு நான் செய்யும் உபதேசம் இதுதான்.

என்று தம் உள்ளத்தைப் பார்த்து உபதேசம் பண்ணுகிறார். இப்பொருளமைந்த பாடல் கீழ்வருவது:

ஒன்றுஎன்று இரு:தெய்வம் உண்டுஎன்று
இரு:உயர் செல்வம்எல்லாம்
அன்றுஎன்று இருபசித் தோர்முகம்
பார்.நல் லறமும் நட்பும்
நன்றுஎன்று இரு;நடு நீங்காம
லே,நமக்கு இட்டபடி
என்றுஎன்று இரு;மனமே! உனக்கே
உப தேசம்இதே.

இவ்வாறு தம் மனத்திற்கு அறம் போதித்த பட்டினத்தார், மற்றொரு செய்யுளின் மூலமும் தமக்குத்தாமே அறம் போதித்துக் கொள்ளுகிறார்.

உண்மையை உணர்ந்த ஒழுக்கமுள்ள குருவின் திருவடிகளைத் தொழுது அவர் கூறும் உபதேசங்களை நம்பு; அவ்வுபதேச உண்மையை நாடுவதே நமது கடமை என்று எண்ணி அத்துறையிலேயே முயற்சி செய்வாயாக; உனது உடம்பையும், உறவினரையும், செல்வத்தையும் நிலையானவை என்று நம்பாதே; நம்பினால், பிறர் நன்மையைச் சிறிதும் கருத மாட்டாய்; உனது உடலை வளர்க்கவே உழைப்பாய்; உனது உறவினரைக் காக்க மட்டுமே உதவுவாய்; பொருளைச் செலவு செய்யாமல் சேர்த்து வைக்கவே நினைப்பாய். ஆதலால், இந்தப் பொல்லாத உடம்பைத் தோன்றி மறையும் ஒரு பொம்மலாட்டம் என்று எண்ணியிரு. மனைவி, மக்கள் முதலிய சுற்றத்தாரை மக்கள் நெருங்கிய சந்தையில் கூடும் கூட்த்தைப் போல் நினைத்திரு; செல்வத்தைக் குடத்திலிருந்து கவிழ்ந்து விட்ட தண்ணீரின் ஓட்டம் போல் மறைந்து விடக் கூடியது என்று எண்ணியிரு. இப்படி உண்மையை மறவாமல் எண்ணியிருந்தால் தான் நீ பாவம் செய்யாமல் - சுயநலத்திலே கிடந்து தத்தளிக்காமல் - பரோபகாரத் தன்மையுடன் வாழ முடியும். மனமே! நான் உனக்குச் செய்யும் உபதேசம் இதுவாகும்.

இவ்வாறு தம் நெஞ்சுக்கு நேர்மையைப் போதிக்கிறார் பட்டினத்தார். இப்பொருளமைந்த செய்யுள் கீழ்வருவது:

நாட்டம்என் றே,இரு! சற்குரு
பாதத்தை நம்பு!பொம்மல்
ஆட்டம்என் றேஇரு! பொல்லா
உடலை; அடர்ந்தசந்தைக்
கூட்டம்என் றேஇரு! சுற்றத்தை!
வாழ்வைக் குடம்கவிழ்நீர்
ஓட்டம்என் றேஇரு! நெஞ்சே!
உனக்குஉப தேசம்இதே.

மேலே எடுத்துக் காட்டிய இரண்டு பாடல்களும், பட்டினத்தார், தம் மனத்திற்குத் தாமே சொல்லிக் கொண்ட அறிவுரையைக் காட்டுகின்றன; உபதேசத்தைக் கூறுகின்றன.

யாராயிருந்தாலும் சரி, முதலில் தன்னை ஒழுங்கு படுத்திக்கொள்ள வேண்டும்; தான் நேர்மையான வழியிலே நடந்துகொள்ள வேண்டும்; தான் தாறுமாறான வழியிலே நடந்துகொண்டு பிறருக்கு உபதேசம் பண்ணுவோர் சொல்லுக்கு மதிப்பு இராது. இவ்வுண்மையைப் பட்டினத்தார் பாடல்கள் நமக்கு விளக்குகின்றன. சிறப்பாக - குறிப்பாக - பொது வாழ்க்கையிலே ஈடுபட்டிருப்போர்க்கு நன்னடத்தை முதன்மை யானதாகும். எண்ணம், சொல், செயல் மூன்றும் ஒரு தன்மையாக இருப்பது உத்தமமாகும். இதுவே பண்டைத் தமிழர் பின்பற்றிய அருள்நெறி.

7. செல்வர்க்கு அறிவுரை

பட்டினத்தார், காவிரிப்பூம்பட்டினத்திலே வாழ்ந்த ஒரு பெரிய வணிகர்; கப்பலிலே சரக்குகளை ஏற்றுமதி இறக்குமதி செய்துவந்த ஒரு பெரிய வியாபாரி. அவருக்கு ஏராளமான செல்வம் இருந்தது. இருந்தும் அவர் துறவியானார்; தமது செல்வத்தையெல்லாம் வறியோர்களுக்கு வாரி வழங்கி விட்டுத் துறவு பூண்டார் என்பது அவரைப் பற்றி வழங்கும் வரலாறு.

அவர் செல்வப் பொருளை மேலும் மேலும் சேர்த்துக் கொண்டிருந்த காலத்தில் அவர் உள்ளம் எப்படியிருந்தது என்பதைப் பற்றிப் பாடியிருக்கிறார். அப்பாடல்கள் பணத்தாசை பிடித்தவர்களின் மனப்பாங்கை விளக்குகின்றன. அவைகள் பணத்திலே பற்றுக்கொண்டு செலவிடாமல் சேர்ப்போர்க்கு அறிவுரை கூறுவனவாகவும் அமைந்திருக்கின்றன. தமது நெஞ்சத்தைப் பார்த்துப் பாடுவன போல் அமைந்த அப்பாடல் கள் இனிமையானவை.

அன்னம் பகிர்ந்திங்கு அலைந்தோர்க்கு உதவிசெயும்
சென்மம் எடுத்தும், சிவன்அருளைப் போற்றாமல்,
பொன்னும், மனையும்,எழில் பூவையாரும், வாழ்வும்இவை
இன்னும் சதமாக எண்ணினையே நெஞ்சமே

என்பது ஒரு பாடல். நெஞ்சமே! இவ்வுலகில் வறுமையால் உணவின்றி வாடி அலைகின்றவர்கள் பலர். அவர்களுக் கெல்லாம் உணவை - அன்னத்தை - சோற்றை - பகிர்ந்து கொடுத்து உதவி செய்யும் வாய்ப்பைப் பெற்றிருக்கின்றாய்; அதற்கேற்ற செல்வத்தை அடைந்திருக்கின்றாய். இத்தகைய வசதியுடன், அறிவும் பண்பும் உள்ள மனிதப் பிறவியையும்

பெற்றிருக்கின்றாய்; பெற்றிருந்து கூட, வறிஞர்களுக்கு உதவி செய்து, சிவபெருமானுடைய திருவருளுக்கு ஆளாகவில்லை. பொன், மண், அழகிய பெண்கள் இவைகளையெல்லாம் நிலைத்த இன்பந் தருகின்றவை, அழியாதவை என்று இன்னும் நினைத்துக் கொண்டிருக்கின்றாய்.

என்பதே இப்பாடலின் பொருள். செல்வம் பெற்று இருப்பதன் பயன் பிறர்க்கு உதவுவதே என்ற உண்மையை இச்செய்யுள் எடுத்துக்காட்டிற்று. செல்வத்தை யுடையவர்கள் இவ்வுண்மையை அறிந்தால் சமுதாயம் முன்னேறும் என்பதில் ஐயம் இல்லை.

முற்றொடர்பில் செய்த முறைமையால் வந்தசெல்வம்
இற்றைநாள் பெற்றோம்என்று எண்ணாது, பாழ்மனமே!
அற்றவர்க்கும் ஈயாமல், அரன்பூசை ஓராமல்
கற்றவர்க்கும் ஈயாமல் கண்மறைந்து விட்டனையே

என்பது மற்றொரு பாட்டு. இச்செய்யுளும் செல்வம் படைத்த வர்களின் கடமையை வலியுறுத்துகின்றது.

'பாழான மனமே! முற்பிறப்பிலே செய்த புண்ணியத்தினால் - தவத்தினால் - வந்தது செல்வம். அத்தவத்தின் காரணத் தாலேயே இப்பொழுது செல்வத்தை அடைந்திருக்கின்றோம். இவ்வுண்மையை நீ நினைக்கவில்லை. நினைத்தால் இப்பொழுதும் புண்ணியம் புரிந்தால்தான் அடுத்த பிறவியிலும் செல்வத்தை அடையலாம் என்ற உண்மையை உணர்வாய். இதை நினைக்காத காரணத்தால்தான் இப்பொழுது புண்ணிய காரியங்களைச் செய்யவில்லை; செல்வமற்ற வறியோர்க்கு உதவவில்லை. வறியோர்க்கு உதவுவதே சிவபிரானுக்குச் செய்யும் பூசனை என்பதையும் அறியவில்லை. கற்றவர்களுக்கும் உதவி செய்ய வில்லை. அறிவுக்கண் குருடாகி வாழ்கின்றாய். இதுவே மேலே காட்டிய பாடலின் பொருள்.

இப்பாடலில் அமைந்திருக்கும் அரிய பொருள் சிந்தனைக் குரிய சிறந்த பொருளாகும்.

செல்வம் என்பது அவனவன் செய்யும் முயற்சியால் வருவதேயாகும். முயற்சி திருவினை ஆக்கும் என்பதே தமிழர் கொள்கை. ஆயினும், முன் செய்த தவமே - புண்ணியமே - இப்பொழுது ஒருவன் அடைந்திருக்கும் செல்வத்துக்குக் காரணம் என்பதிலே ஒரு கருத்துண்டு. உண்மையிலே, பணக்காரன் இதை நம்பவுனாயின் - பூர்வ புண்ணியத்தால் தான் நமக்குச் செல்வம் கிடைத்தது என்பதை நம்புவானாயின் - அவன் நல்ல காரியங்களையே செய்வான்; தன் செல்வத்தை நல்வழியிலேயே செலவிடுவான்; மீண்டும் பிறக்கும் போது செல்வமுள்ளவனாகவே பிறக்க வேண்டும் என்னும் ஆசையுடன், அறங்கள் பலவற்றையும் செய்வான். செல்வம் படைத்தவர்கள் நல்ல காரியங்களைச் செய்வார்களானால் நாடும் சமுதாயமும் நலம் பெறும். இந்த நோக்கத்துடன் செல்வத்துக்குக் காரணம் பூர்வ புண்ணியம் என்று சொல்லி வைத்தனர்.

செல்வம் படைத்தவர்கள் செய்யவேண்டிய நல்ல செயல்கள் இன்னவை என்பதையும் இப்பாடலில் காணலாம்.

செல்வம் இல்லாதவர்கள் உணவின்றி வருந்துவார்களானால் அவர்கள் ஒழுக்கமற்ற செயல்களிலும் ஈடுபடுவார்கள். மனித சமூகத்திலே பலர் ஒழுக்கமற்றுத் திரிவார்களானால் அதனால் நாடு கேடு அடையும்; மக்கள் பலர்க்கும் தீமை யுண்டாகும்; சமுதாயக் கட்டுக் கோப்புக் குலைந்துவிடும். ஆதலால் வறியோரைக் காப்பது செல்வர் கடமை என்று கூறினர்.

உண்மையில், இறைவனுக்குச் செய்யும் பணி என்பது, மக்களுக்கு உதவி செய்வதுதான். மனிதர்களிடம் இரக்கம் காட்டாமல் கடவுளை வணங்குகிறேன்; தெய்வத்தைப் போற்றுகிறேன் என்பவர்கள் உண்மையான தெய்வத்தை உணராதவார்கள். இதுவே ஆன்றோர்களின் கொள்கை.

இக்கொள்கையையே மேலே கண்ட செய்யுளில் அரன்பூசை ஓராமல் என்ற தொடர் எடுத்துக்காட்டுகின்றது.

செல்வர்களின் மற்றொரு கடமை, கற்றவர்களை ஆதரித்துக் காப்பதாகும். பண்டைக் காலத்து மன்னர்கள், வள்ளல்கள், இக்காரியத்தைச் செய்து வந்தனர். அவர்கள் கற்றவர்களை - படித்தவர்களை - புலவர்களைக் காப்பாற்றி வந்தமையால் அவர்கள் கவலையின்றி வாழ்ந்தனர்; பல உண்மைகளைக் கண்டறிந்தனர். அவைகளை மக்களுக்குப் பயன்படும்படி எழுதி வைத்தனர்; பாடி வைத்தனர். ஆதலால் கற்றவர்களைக் காக்க வேண்டிய கடமையை வலியுறுத்தினர் முன்னோர்.

நாட்டிலே வறியவர்கள் துன்புறாமல் வாழச் செய்வது; மக்கள் துன்பத்தைப் போக்கும் பணியே தெய்வப் பணி என்று உணர்ந்து பணிசெய்வது; கற்றவர்கள் எவ்விதக் கவலையும் படாமல் அவர்கள் மேலும் கற்பதற்கும், ஆராய்வதற்கும் வேண்டிய வசதிகளைச் செய்து கொடுப்பது - இவை மூன்றும், நாடும், சமுதாயமும் முன்னேறுவதற்கான சிறந்த செயல் களாகும். இவ்வுண்மையை மேலே காட்டிய பட்டினத்தார் பாட்டு வலியுறுத்தியிருப்பதைக் காணலாம்.

மேலே எடுத்துக்காட்டிய இரண்டு பாடல்களிலும் அடங்கி யிருக்கும் கருத்துக்கள் எந்நாட்டினரும் ஏற்றுக் கொள்ளும் சிறந்த கருத்துக்கள்; மனித சமூகம் முழுவதற்கும் நன்மையளிக்கும் சமரச சன்மார்க்கமாகும்.

8. அருட் புலம்பல்

அருள் புலம்பல் என்பது, அருள் நோக்கத்துடன் புலம்புவது என்று பொருள்படும். இறைவன் அருளை வேண்டிப் புலம்புதல் என்றும் பொருள் கொள்ளலாம்.

பட்டினத்தார் பாடலிலே அருட் புலம்பல் என்று ஒரு பகுதியுண்டு. அதில் உள்ள பாடல்கள் இரண்டு அடிகள் கொண்ட கண்ணிகள். அவைகளில் பல உண்மைகள் காணப்படுகின்றன. யோக மார்க்கத்தை வலியுறுத்திக் கூறும் கண்ணிகளும் அவைகளில் உண்டு.

இறைவன் வேறு எங்கும் இல்லை; நமது உடம்புக்குள் தான் இருக்கின்றான். யோகத்தால் - நிஷ்டையால் - தியானத் தால் - அவனை நம்முள்ளேயே காணலாம் என்று வலியுறுத்தும் பாடல்களைக் காணலாம்.

மூக்கு முனையை முழித்திருந்து பாராமல்
ஆக்கைகெட்டு நானும் அறிவழிந்தேன் பூரணமே!

பூரணமே! மூக்கின் நுனியென்னும் சுழுமுனையைக் கண்விழித்துப் பார்ப்பதாகிய யோகத்தில் ஈடுபடாமல், எனது உடலும் கெட்டு, அறிவும் அழிந்தேன்.

இவ்வடிகள் யோகத்தின் இயல்பை எடுத்துக்காட்டின. உள்ளத்தை ஒருவழிப் படுத்துவதாகிய தியானத்தால் - யோகத்தால் - உடல்நலம் பெறலாம். யோகத்தை - தியானத்தை - அலட்சியம் செய்வோர் உடல் உறுதி குலைவர்; நோய்களுக்கு ஆளாகி வருந்துவர். இவ்வுண்மையை அறியாதவர்கள் அறிவு அற்றவர்கள். மேலே காட்டிய அடிகளால் இவ்வுண்மையை அறியலாம்.

இடைபிங் கலையின் இயல்பறிய மாட்டாமல்
தடையுடனே யானும் தயங்கினேன் பூரணமே!

பூரணமே! இடைகலை, பிங்கலை என்று சொல்லப்படும் சந்திரகலை, சூரிய கலைகளின் தன்மைகளைத் தெரிந்து கொள்ள முடியாமல் தடைப்பட்டு நின்றுவிட்டேன்.

இவ்வடிகளும் யோக மார்க்கத்தின் உயர்வை எடுத்துக் காட்டின. மூக்கின் இடது துவாரத்தின் வழியாக வரும் மூச்சுக்கு இடைகலை யென்று பெயர். இதனையே சந்திரகலை என்பர். மூக்கின் வலது துவாரத்தின் வழியாக வரும் மூச்சுக்குப் பிங்கலை யென்பர். இதனைச் சூரியகலை என்பர். இவ்வாறு வரும் மூச்சைக் கட்டுப்படுத்தி ஓர் அளவில் நிறுத்துவது யோகப் பயிற்சியாகும்.

ஊனுக்குள் நீநின்று உலவினதைக் காணாமல்
நான்என்று இருந்து நலன் அழிந்தேன் பூரணமே!

பூரணமே! என் உடம்பிலேயே நீ, ஜீவாத்மா பரமாத்மா என்ற பேதமின்றி ஒன்றாக நின்று உலவுகின்றாய். இதனை நான் அறியாமல், நான் என்று அகந்தை கொண்டேன்; நன்மைகளை இழந்தேன்.

உடலுக்குள் நீநின்று உலாவினதைக் காணாமல்
கடல்மலை தோறும்திரிந்து கால்அலுத்தேன் பூரணமே!

பூரணமே! எனது உடம்புக்குள்ளே நீ இருந்து உலாவுகின்றதை அறியாமல், கடல் தாண்டித் தேடியும், மலைகளிலே தேடியும் கால்கள் சலித்துப் போனேன்.

மேலே காட்டிய இரண்டு கண்ணிகளும், இறைவன் வேறு எங்கும் இல்லை; நமது உடம்பிலேயே உறைகின்றான்; ஆத்மாவுடன் ஒன்றுபட்டே உறைகின்றான் என்று கூறின. இந்த உண்மையை உணர்ந்தவர்கள் மனக்கவலையின்றி வாழலாம். வாழ்வார்கள் என்று மற்றொரு கண்ணியிலே கூறுகிறார்.

***எனக்குள்ளே நீயிருக்க, உனக்குள்ளே நான்இருக்க,
மனக்கவலை தீர வரம்அருள்வாய் பூரணமே!***

நீயும் நானும் ஒன்று என்ற உண்மையை யறிந்து, எனக்குள் நீயிருக்கவும், உனக்குள் நான் இருக்கவும் செய்வாய்; இப்படிச் செய்வதன் மூலம் மனக்கவலையின்றி வாழ்வதற்கு வரந் தருவாய் என்பதே இந்தக் கண்ணி. இவ்வாறு இறைவனும் உயிரும் ஒன்று என்னும் உண்மையைப் பட்டினதார் வலியுறுத்தியிருக்கின்றார்.

இறைவனும் உயிரும் ஒன்று என்ற உண்மையை உணர்ந்தவர்கள் யாரிடமும் பேதம் பாராட்ட மாட்டார்கள். எல்லா உயிர்களையும் ஒன்றெனக் காண்பார்கள்; எவ்வுயிர்களுக்கும் தீமை செய்யமாட்டார்கள். மக்கள் அனைவரையும் ஒன்றாகவே நேசிப்பார்கள். மக்களிடம் சாதி, மொழி, இன, நிற, மதபேதங்களும் பாராட்ட மாட்டார்கள். மனித குலம் - மனித இனம் - ஒன்றே என்ற உண்மையை மறக்க மாட்டார்கள். இந்த உண்மையைப் பட்டினத்தார் அருட் புலம்பலிலே காணலாம்.

***எழுவகைத் தோற்றத்து இருந்துவிளை யாடினதைப்
பழுதறவே பாராமல் பயன்இழந்தேன் பூரணமே!***

பூரணமே! தேவர், மனிதர், மிருகம், பறவை, ஊர்வன, நீர்வாழ்வன, தாவரம் என்றும் ஏழு வகையான பிறப்புக்களிலும் நீயே தங்கியிருக்கின்றாய்; விளையாடுகின்றாய். இதனை நான் குற்றமின்றித் தெரிந்துகொள்ளாமல் வீணன் ஆனேன்.

இவ்வடிகள், எல்லா உயிர்களும் ஒன்றே; யாரிடமும் பேதம் பாராட்டுதல் கூடாது என்று அறிவித்தன.

***சாதி பேதங்கள் தமையறிய மாட்டாமல்
வாதனையால் நின்று மயங்கினேன் பூரணமே!***

பூரணமே! சாதி வித்தியாசங்கள் பாராட்டுவது - கற்பிப்பது - தெய்வ நெறிக்கு மாறானது என்பதை அறியாமல் போனேன். அதனால் - சாதிபேதம் பாராட்டுவதனால் - விளையும் தீமையை அறியாமல் போனேன். ஆதலால் சாதிபேதம் பாராட்டித் துன்பத்திலே நின்று கலங்கினேன்.

இவ்வாறு சாதி வித்தியாசக் கொடுமையைக் கண்டித்தார்; சாதி வித்தியாசம் பாராட்டுவது அறியாமை என்பதையும் எடுத்துக்காட்டினார்.

குலம்ஒன்றாய் நீபடைத்த குறியை அறியாமல்நான்
மலபாண்டத் துள்ளிருந்து மயங்கினேன் பூரணமே!

பூரணமே! மனித குலத்தை ஒன்றாகவே நீ படைத் திருக்கும் கருத்தை நான் தெரிந்து கொள்ளவில்லை. மலம் நிறைந்த பாண்டமாகிய இந்த உடம்பில் நான் கட்டுப் பட்டிருந்து கலங்கினேன்.

இந்த அடிகளும், மனிதகுலம் ஒன்றே என்பதை எடுத்துக் காட்டின. எந்நாட்டு மனிதர் ஆயினும், எந்நிற மனிதராயினும் எல்லார் இயல்பும் ஒன்றுதான். மனித உடல், நரை, திரை, மூப்பு, பிணிகளுக்கு இடமானது. எல்லா வுடல்களுக்கும் வாழ்வும் சாவும் ஒன்றுதான். உடம்புக்குரிய பொதுத்தன்மை, உலகில் உள்ள எல்லா மனித உடல்களுக்கும் ஒன்றுதான். இவ்வுண்மை யை உணர்ந்தோர் மக்களுக்குள் உயர்வு தாழ்வு பாராட்ட மாட்டார்கள். இவ்வுண்மையும் இக்கண்ணியிலே பொதிந்து கிடக்கின்றது.

இத்தகைய சிறந்த சமரச ஞானம் படைத்தவர் பட்டினத் தார். அவர் ஒரு சமரச ஞானி என்பதில் ஐயம் இல்லை.

9. தாயுமானவர்

தாயுமானவர் கி.பி. பதினெட்டாம் நூற்றாண்டின் முற்பகுதியிலே வாழ்ந்தவர்; வடமொழியும் தமிழும் நன்றாகக் கற்றவர்; உலகப் பற்றில்லாமல் வாழ்ந்தவர். மக்கள் அனைவரும் ஒன்றே என்ற கொள்கையை யுடையவர். தாயுமானவர் என்பது, திருச்சிராப்பள்ளியில் உள்ள சிவபெருமான் பெயர். அப் பெயரையே இவருக்கு இவருடைய பெற்றோர்கள் இட்டு வழங்கினர்.

தாயுமானார் இளம் பருவத்திலேயே கருணையுள்ளங் கொண்டு சன்மார்க்க நெறியிலே ஈடுபட்டார்; தாம் கண்டறிந்த உண்மைகளை - எண்ணிய கருத்துக்களைப் பாடல்களாகப் பாடி வைத்தார்.

தாயுமானார் பாடலிலே, மத சமரசத்தைக் காணலாம். கடவுள் என்பது, அன்பு, ஆனந்தம், இன்பம், கருணை, வெட்டவெளி, அறிவு, சோதி என்பதே தாயுமானவர் கொள்கை. மனிதர்க்கு மனிதர் வேற்றுமை பாராட்டிக் கொள்வதையும், என் தெய்வம் பெரிது, உன் தெய்வம் சிறிது என்று பேசி மதச் சண்டை போடுவதையும் தாயுமானவர் வெறுத்தார்.

கடவுளை வேறிடங்களிலே தேடி அலைய வேண்டாம்; கடவுள் எங்கும் நிறைந்தவர்; நாம் காணும் பொருள்களில் எல்லாம் கடவுள் உண்டு என்ற கொள்கையைத் தாயுமானார் பல பாடல்களிலே பாடியிருக்கிறார். ஆயினும், அக்கடவுளை ஒவ்வொருவரும் தம் உள்ளத்திலேயே காணமுடியும் என்பதே அவர் நம்பிக்கை.

எந்தெந்த நாளும் எனைப்பிரியாது
என்உயிராய்ச்
சிந்தை குடிகொண்ட அருள்தேவே
பராபரமே!

என்பதனால் இவ்வுண்மையைக் காணலாம். இது கடவுள் இயல்பை எடுத்துக்காட்டும் பொன்மொழி.

எந்நாளும் என்னை விட்டுப் பிரியவில்லை. என்னுடனேயே என் உயிராக வாழ்கின்றாய்; என் உள்ளத்திலே குடி கொண்டிருக்கின்றாய்; அருள் உருவாக இருக்கின்றாய்; தெய்வமாக இருக்கின்றாய்; எல்லாவற்றினும் மேலான பொருளே! நீ இவ்வாறு என்னுள் இருக்கின்றாய் என்பதே மேலே காட்டிய அடிகளின் பொருள்.

அன்பர்களைப் போற்ற வேண்டும்; அறிவுடையவர்களைக் காக்க வேண்டும்; அன்பர்களுக்கும் அறிவுடையவர்களுக்கும் பணி செய்வதே சிறந்த செயலாகும் என்பது தாயுமானவர் கொள்கை.

உலக மக்கள் எல்லோரும் இன்பத்தைப் பெற்று வாழ வேண்டும் என்னும் பரந்த நோக்கம் உள்ளவர் தாயுமானவர். எல்லோரும் - உலகில் பிறந்த எல்லா மக்களும் - இன்பத்துடன் வாழவேண்டும் என்பதே தாயுமானவர் கொள்கை. எல்லோர்க்கும் உண்மை நெறியை - சமரச சன்மார்க்கத்தைப் போதிக்கவே அவர் விரும்பினார். அக்கருத்துடனேயே அவர் தமிழ்ப் பாடல்களைப் பாடியிருக்கின்றார்.

தாயுமானார் காலத்திலே நமது நாட்டில் தமிழகத்தில் சாதிச் சண்டைகள் இருந்தன. மக்கள் பற்பல தெய்வங்களை வணங்கி வந்தனர்; தெய்வங்களின் பெயரால் ஒருவரோடு ஒருவர் சண்டை போட்டுக் கொண்டனர். மதச் சண்டைகள் இருந்தன. மதவெறுப்பும் மதவெறியும் குடிகொண்டிருந்தன. இவைகளை அவர் வெறுத்தார்; இவைகள் காரணமாக மக்கள் ஒற்றுமையின்றி வாழ்வதைக் கண்டு வருந்தினார். ஆகையால்

தான், தெய்வம் ஒன்று; கடவுள் ஒன்று; மதங்கள், மத தத்துவங்கள் எல்லாம் ஒன்று; மக்களும் ஒன்றேதான்; வீண் சண்டைகள் வேண்டாம். எல்லாரும் உண்மையுணர்ந்து நன்னெறியிலே வாழவேண்டும் என்பதற்காகவே அவர் அனைவருக்கும் புரியும் தமிழில் பாடல்களைப் பாடி வைத்தார்.

தாயுமானவர் பாடல்கள் படிப்பதற்கு இனிமையானவை; பாடப் பாட, பக்தியையும் சுவையையும் பெருக்கும் பண்புள்ளவை; தாயுமானவர் பாடல்களிலே வடமொழிச் சொற்கள் மிகுதியாகக் கலந்திருக்கின்றன. அதனால் அப்பாடல்களின் இனிமையோ, ஓசை நயமோ, பொருட் சிறப்போ குறைந்து போய் விடவில்லை.

தாயுமானவர் பாடலின் முதல் பாட்டு, அங்கிங்கெனாதபடி எங்கும் ப்ரகாசமாய், ஆனந்த மூர்த்தியாகி என்று தொடங்குகிறது. இப்பாடலிலே ஏராளமான வடசொற்கள் இருக்கின்றன. இருந்தும் இப்பாடல் உள்ளம் உருக்கும் ஓசையும், உயர்ந்த கருத்தும் அமைந்த பாடலாகவே விளங்குகிறது.

அறிஞர்கள் தம் உள்ளத்தில் உள்ள உண்மையைத் தாராளமாகத் தங்கு தடையின்றி வெளியிடும் பாடல்கள் சிறந்துதான் விளங்கும். அப்பாடல்களிலே உள்ள சொற்களைப் பற்றி ஆராய வேண்டியதேயில்லை. அவை படிப்போரின் - பாடுவோரின் - உள்ளத்தைத் தொடுவனவாக அமைந்திருக்க வேண்டும். இப்படி அமைந்திருக்கும் பாடல்களே அருட் பாடல்கள் என்று பாராட்டுவதற்குத் தகுந்தவை. தாயுமானவர் பாடல்கள் இவ்வாறே அமைந்திருக்கின்றன.

தாயுமானவர் பாடல்களைப் படிப்போர், அதன் இனிமையில் ஈடுபடாமல் இருக்க மாட்டார்கள்; அவர் கூறும் கருத்துக்களை ஒப்புக்கொள்ளாமலும் இருக்க மாட்டார்கள். மக்களுக்குச்

சமரச சன்மார்க்க நெறியைப் போதிக்கும் தாயுமானவர் பாடலின் சிறப்பைப் பின்வரும் கட்டுரைகளிலே காணலாம்.

10. வேதாந்த சித்தாந்த முடிவு

வேதாந்தம் என்பது வேதத்தின் முடிவு. வேதம் என்றால் அறிவின் முடிவுகள் நிறைந்தது என்றுதான் பொருள். வேதம் என்றால் அறிவு என்றும் பொருள் சொல்லலாம்.

சித்தாந்தம் என்பதற்கும் அறிவின் முடிவு, அறிவின் தீர்ப்பு என்று பொருள். சித்தம் - அறிவு. அந்தம் - முடிவு.

இன்று வேதாந்தம் என்பது ஒரு தனித் தத்துவமாக விளங்குகிறது. ஆதிசங்கராச்சாரியரை வேதாந்த தத்துவத்தின் போதகாசிரியராகப் போற்றுகின்றனர். சித்தாந்தம் என்பதும் ஒரு தனித் தத்துவமாக வழங்குகின்றது. மெய்கண்டார் இயற்றிய சிவஞான போதமே சித்தாந்தத்தின் தாயகம் என்று போற்றுகின்றனர். சிவஞான போதத்தின் வழிவந்த தத்துவம் சைவ சித்தாந்தமென்று போற்றப்படுகின்றது.

இராமாநுஜாச்சாரியார், வேதாந்த தேசிகர் இவர்களின் வழிவந்த தத்துவத்தை உபய வேதாந்தம் எனப் போற்றுகின்றனர்.

இவ்வாறு தத்துவங்கள் தனித்தனிப் பெயர்களுடன் விளங்கினாலும் எல்லாவற்றின் முடிவும் ஒன்றே என்பதுதான் அறிஞர்களின் கொள்கை.

பலவகையான மதத் தத்துவங்களை அடிப்படையாக வைத்துக் கொண்டு அறிவுள்ளவர்கள் என்பவர்களே தங்களுக்குள் சண்டை போட்டுக் கொண்டனர். இந்தச் சண்டை காரணமாக அன்பையும் அறிவையும் வளர்க்கத் தோன்றிய மதங்கள் ஆத்திரத்தையும் வெறுப்பையும் பரப்பத்

தொடங்கின. இந்த நிலையைக் கண்டு உள்ளம் வருந்திய பெரியோர்கள் எத்தனை பேர்!

அவர்கள், எல்லாம் ஒன்றே; இறைவன் ஒருவனே; அவன் எங்கும் நிறைந்தவன்; அவனை இத்தகையவன் என்று எழுதிக் காட்ட முடியாது. அவன் ஆணும் அல்லன்; பெண்ணும் அல்லன்; அவன் இன்ன உருவினன், இன்ன நிறத்தினன் என்று கூற முடியாது என்று போதித்து வந்தனர்; இதன்மூலம் மதச் சண்டைகளைத் தவிர்க்க முயன்றனர்.

இன்னும், உண்மையறிந்த உத்தமர்கள், கடவுள் நிலையைத் தெளிவாக விளக்கினர். அவர்கள், இறைவன் கோயிலில் இல்லை, குளத்தில் இல்லை; கல்லில் இல்லை, செம்பில் இல்லை; அவன் பரிபூரணன்; ஆதலால் எங்கும் இருக்கின்றான். நம் செயல், இறைவன் செயல் என்று வேறில்லை; நம் செயல் எல்லாம் இறைவன் செயல்கள் தாம்; இறைவன் செயல்கள் எல்லாம் நம் செயல்கள் தாம். இதுவே வேதாந்த சித்தாந்தங்களின் முடிவு என்று கூறி வந்தனர்.

நாம் வேறன்று, இறைவன் வேறன்று என்று தெளிந்தவர்களே அறிவுள்ளவர்கள்; அறிவின் முடிவான வேதாந்த சித்தாந்த முடிவுகளைக் கண்டறிந்தவர்கள்.

இதை மறந்து, கடவுள் எங்கோ ஓரிடத்தில் தனியாகப் பெண்டு பிள்ளைகளுடன் இருக்கிறார் என்று நினைப்பவர்கள் அறிவற்றவர்கள். இவர்களே ஆணவம், மாயை, கன்மம் என்னும் மும்மலத்தாலும் வாடுகின்றவர்கள்.

நானே எல்லாவற்றையும் செய்கின்றேன் என்று நினைப்பது, ஆணவம். உள்ளத்திலே கட்டுப்பாடின்றி உலக இன்பத்தை யெல்லாம் விரும்புவது மாயை - அதாவது அறியாமை. இந்த அறியாமை காரணமாகச் செய்யும் வினைகள் கர்மம். இந்த முக்குற்றங்களும், எல்லாம் இறைவன் செயலே; என் செயல் என்று வேறில்லை என்று எண்ணுகிறவர்களிடம் ஏற்படுவ தில்லை.

இந்த நிலையை அடையவேண்டுமானால் ஒவ்வொரு மனிதர்க்கும் இரண்டு கருவிகள் வேண்டும். ஒன்று முயற்சி; மற்றொன்று உண்மை அறிவு. இந்த இரண்டும் உள்ளவர்கள் உலக மாயத்தால் அறிவிழக்க மாட்டார்கள்; அவர்களை மடமை ஒன்றும் செய்துவிட முடியாது; அவர்களிடம் எவ்வித வேற்றுமைகளும் எட்டிப் பார்க்க மாட்டா.

இவர்கள், கடவுள் எங்கும் பரிபூரணமாகக் காட்சியளிப்பதைக் காண்பார்கள். ஆனந்த மயமே கடவுள் என்பதை அறிவார்கள்; இன்பமே கடவுள் காட்சியென்று கருதுவார்கள்.

இந்த உண்மையைத் தாயுமானவர் ஒரு பாடலிலே எடுத்துக்காட்டுகின்றார். கடவுள் வெவ்வேறு; அவை தனித் தனியே இருக்கின்றன. கோயில்களிலும், கல் உருவங்களிலும், செம்புருவங்களிலும் இருக்கின்றன என்று நினைப்போருக்கு - சொல்லுவோர்க்கு - உண்மையை விளக்குகின்றார்.
அச்செய்யுள் கீழ்வருவது:

சந்ததமும், எனதுசெயல், நினதுசெயல், யான்எனும்
தன்மை,நினை யன்றிஇல்லாத்
தன்மையால் வேறலேன்; வேதாந்த சித்தாந்த
சமரச சுபாவம் இதுவே!
இந்தநிலை தெளியநான் நெக்குருகி வாடிய
இயற்கைத் திரு வுளம்அறியுமே!
இந்நிலையி லேசற்று இருக்கவென் றான்,மடமை
இதசத்ரு வாகவந்து
சிந்தைகுடி கொள்ளுதே! மலம்,மாயை, கன்மம்
திரும்புமோ! தொடுவழக்காய்ச்
சென்மம்வரு மோஎனவும் யோசிக்கு தேமனது;
சிரத்தையெனும் வாளும்உதவிப்
பந்தம்அற மெஞ்ஞான தீரமும் தந்துஎனைப்
பாதுகாத்து அருள்செய்குவாய்!
பார்க்கும்இடம் எங்கும்ஒரு நீக்கம்அற நிறைகின்ற
பரிபூர ணானந்தமே!

முயற்சியென்னும் வாட்படையையும், உண்மையறிவு என்னும் ஆண்மையையும் பெற்றவர்கள் இவ்வுலகிலே துக்கமின்றி வாழ முடியும்; கவலையின்றிக் காலத்தைக் கடத்த முடியும். மற்றவர்களையும் துக்கமும் கவலையும் இன்றி இன்ப வாழ்விலே வாழவைக்க முடியும். இக்கருத்தையே இச்செய்யுள் வலியுறுத்துகின்றது. இச்செய்யுளின் பொருளைக் கண்போம்:

எப்பொழுதும் என்னுடைய செய்கை, உன்னுடைய செய்கை, நான் என்னும் தன்மை இவை உன்னையன்றி எனக்கென்று வேறில்லை; ஆதலால் நான் உன்னைவிட்டு வேறாகத் தனித்திருக்கவில்லை; நீயும் நானும் ஒன்றாகவே இருக்கின்றோம்.

உயிரும், இறைவனும் வெவ்வேறல்ல; ஜீவாத்மாவும், பரமாத்மாவும் ஒன்றேதான். இதுவே வேதாந்த சித்தாந்தங்களின் ஒன்றுபட்ட கொள்கையாகும்.

இந்த உண்மைநிலையைத் தெரிந்து கொள்ளுவதற்காக நான் பல நாட்கள் ஆராய்ந்தேன்; என் உள்ளம் உருகி வருந்தினேன். இதை உனது திருவுளம் அறியும்.

இந்த ஒன்றுபட்ட நிலையிலே சற்று அமைதியுடன் இருக்கலாம் என்றால் மடமை என்னைச் சும்மா விடவில்லை. என்னுடைய பகைவனாக வந்து என் உள்ளத்தில் குடி கொள்கின்றது; என் அமைதியைச் சிதறச் செய்கின்றது.

என் உள்ளத்திலே அறியாமை குடிகொண்டதால் என்னைவிட்டுத் தொலைந்து போன மும்மலங்களும் மீண்டும் வருமோ! அந்த ஆணவம், மாயை, கன்மம் என்னும் முக்குற்றங் களும் என்னை விடாமற் பிடித்துக் கொள்ளுமோ! அதனால் என்னை விடாமல் தொடர்ந்து வருகின்ற பிறப்பு மீண்டும் என்னைத் தொடருமோ! என்று என் சிந்தையிலே நினைப் பெழுகின்றது. அந்த நினைப்பு என்னை வாட்டுகின்றது.

ஆதலால் சிரத்தை அதாவது முயற்சி என்ற வாட்படையை எனக்கு உதவுவாய். என்னைப் பற்றியிருக்கும் கட்டுப்பாடுகள் ஒழியும்படி உண்மையறிவு - பகுத்தறிவு - மெய்ஞ்ஞானம் - என்று சொல்லுகிற திறத்தையும் எனக்கு அளிக்க வேண்டும். நான் பார்க்கின்ற எல்லா இடங்களிலும் இடைவிடாமல் உறைகின்ற பரிபூரணனாகிய ஆனந்தமே! இந்த முயற்சி, ஆண்மை என்னும் இரண்டையும் அளித்து என்னைப் பாதுகாத்தருள்வாயாக.

தாயுமானார் எடுத்துக்காட்டியிருக்கும் இந்த உண்மை எல்லோரும் ஒப்புக்கொள்ளக்கூடிய உண்மையாகும். முயற்சியையும், உண்மையறிவையும் துணையாகக் கொண்டவர்கள் அனைவரும் இந்த முடிவுக்குத் தான் வருவார்கள்.

எங்கும் கடவுள் இருப்பதாகக் காண்பவர்கள் எல்லோரையும் கடவுளாகவே தான் காண முடியும். எல்லோரையும் கடவுளாகக் காண்போர் எவருக்கும் தீமை செய்ய மாட்டார்கள்; எவரையும் ஏமாற்ற மாட்டார்கள்; எவரையும் மோசடி செய்யச் சிந்திக்க மாட்டார்கள். சமரச சன்மார்க்க உண்மை இதுதான்.

11. பேராசையால் பெருந்துன்பம்

ஆசையே கூடாது; அதை அடியோடு அகழ்ந்து வீசி விட வேண்டும்; எதிலும் பற்றல்லாமல் வாழ வேண்டும். இதுதான் இன்பம் பெறும் வழியென்பர் சிலர். இது வெறும் வாய்ப் பேச்சாகத்தான் முடியும். ஆசையில்லாமல் யாரும் வாழ முடியாது. உள்ளத்திலே உள்ள ஆசைதான் உயிருடன் உலவச் செய்கின்றது. மக்களை அங்குமிங்கும் நடமாடச் செய்யும் சூத்திரக் கயிறு ஆசைதான்.

ஆசையற்ற மக்கள் யாருமேயில்லை. பற்றற்றேம் என்று பேசும் துறவிகளும் ஆசையுள்ளவர்கள்தாம். அவர்களும் இவ்வுலகில் வாழத்தான் ஆசைப்படுகின்றனர். போலித் துறவிகளை நாம் கணக்கில் எடுத்துக் கொள்ள வேண்டாம். உண்மையான துறவிகளைப் பற்றி எண்ணிப் பார்ப்போம். அவர்கள் இறந்தபின் நற்கதி பெறலாம் என்று எண்ணுகின்றனர்; இருக்கும்போது பிறருக்குத் தம்மால் இயன்ற நன்மையைச் செய்ய நினைக் கின்றனர்; தீநெறியிலே செல்லும் மக்களை நன்னெறியிலே திருப்ப விரும்புகின்றனர்; தாம் அறிந்த அறநெறிகளையும், ஒழுக்கநெறிகளையும் பிறரும் அறிய வேண்டும் என்று ஆசைப்படுகின்றனர்.

எத்தகைய ஆசையும் இல்லாத மக்களுக்கும் மரக் கட்டைக்கும் வேற்றுமையில்லை. ஆசைதான் மக்கள் முன்னேறுவதற்குக் காரணம். இந்த உண்மையை எவரும் மறுக்க முடியாது.

ஆனால் அளவுக்கு உட்பட்ட ஆசைதான் நன்மை தரும்; ஊக்கம் அளிக்கும்; உழைப்பதற்குத் தூண்டும். அளவுக்கு மீறிய ஆசை அல்லலுக்கு அடிப்படையாகும்; இன்பத்திற்கு

எதிராகத் துன்பத்தையே கொடுக்கும். அளவோடு வாழ்வதற்குத் தெரிந்து கொள்ளாத மக்கள் அவதிக் கடலிலே வீழ்ந்துதான் தத்தளிப் பார்கள். இந்த உண்மையை நாம் கண்கூடாகக் காணலாம்.

இதனால்தான் அறிஞர் அனைவரும் அளவுக்கு மீறிய ஆசை கூடாது என்று பாடியிருக்கின்றனர். உலகிலே துன்ப மில்லாமல் வாழவேண்டும் என்று எண்ணுகின்ற ஞானிகள் அனைவரும் பேராசையைத் தான் வெறுத்துப் பேசியிருக் கின்றார்கள். ஞானநூல்கள் என்பவை எல்லாம் இதைத்தான் எடுத்துக்காட்டுகின்றன.

தமிழ் வேதம் என்னும் திருக்குறளும், பற்றை விட வேண்டும்; ஆசையை அறுக்க வேண்டும் என்றுதான் இயம்புகின்றது.

பற்றுக பற்றற்றான் பற்றினை; அப்பற்றைப்
பற்றுக பற்று விடற்கு

பற்றற்றவனாகிய கடவுளிடம் உள்ள அன்பை மட்டும் விடாமல் பற்றிக்கொள்ள வேண்டும்; ஏனைய பொருள்களின் மேல் உள்ள பற்று நீங்குவதற்காகவே அந்த அன்பைப் பற்றிக் கொள்ள வேண்டும் என்பது திருக்குறள். பண்டைத் தமிழறிஞரின் கருத்தையே திருவள்ளுவர் நமக்கு எடுத்துக்காட்டி யிருக்கின்றார். இக்கருத்து தமிழறிஞர்களிடம் வழிவழியாக வளர்ந்து கொண்டே வந்திருக்கின்றது.

ஏறத்தாழ இரண்டு நூற்றாண்டுகளுக்கு முன்னிருந்த தாயுமானவர் என்னும் பெரியாரும் இக்கருத்தை விளக்கமாக எடுத்துக் கூறியிருக்கிறார். பிற்காலத்து ஞானிகளிலே தாயுமானவர் ஒரு தலைசிறந்தவர். அவர் தமது கருத்துக்களை யெல்லாம் தமது பாடல்களிலே கொட்டி வைத்திருக்கின்றார். பேராசையின் துர்க்குணத்தைப் பற்றி அவர் பாடியிருக்கும் பாடல்கள் மிகவும் அருமையானவை. அப்பாடல்களிலே ஒன்றை மட்டும் காண்போம்:

ஆசைக்கோர் அளவில்லை; அகிலம்எல் லாம்கட்டி
ஆளினும், கடல்மீதிலே
ஆணைசெல வேநினைவர்; அளகேசன் நிகராக
அம்பொன்மிக வைத்தபேரும்,
நேசித்து ரசவாத வித்தைக்கு அலைந்திடுவர்
நெடுநாள் இருந்தபேரும்
நிலையாக வேஇனும் காயகற் பந்தேடி
நெஞ்சுபுண் ஆவர்எல்லாம்
யோசிக்கும் வேளையில் பசிதீர உண்பதும்
உறங்குவது மாகமுடியும்;
உள்ளத்தே போதும்;நான் நான்எனக் குளறியே
ஒன்றைவிட்டு ஒன்றுபற்றிப்
பாசக் கடற்குளே வீழாமல் மனதற்ற
பரிசுத்த நிலையைஅருள்வாய்!
பார்க்கும்இடம் எங்கும்ஒரு நீக்கம்அற நிறைகின்ற
பரிபூர ணானந்தமே!

இந்தப் பாட்டு நமது உள்ளத்தைக் கனிவிக்கும் உருக்கமான பாட்டு; ஆசையின் இயல்பை எடுத்துக் காட்டுகின்றது. ஆசையால் அவதிப்படுவோரைச் சுட்டிக் காட்டுகிறார் தாயுமானவர்; என்னை ஆசைக்கடலிலிருந்து கரையேற்றுவாயாக என்று கடவுளை வேண்டுகின்றார். கடவுள் எங்கும் நிறைந்தவர்; ஆனந்த வடிவமாயிருப்பவர் என்பதையும் குறிப்பிட்டு அக்கடவுளை வேண்டுகிறார். இச்செய்யுளில் அடங்கியிருக்கம் பொருள் கீழ்வருவது:

ஆசைக்கு ஓர் அளவேயில்லை; அது எல்லையற்றது. இவ்வுலகம் முழுவதையும் தம்முடையதாகக் கட்டி ஆளுகின்றவர்களும், போதும் என்று மனநிறைவு அடைவதில்லை. கடலின் மீதும் அதிகாரம் செலுத்த நினைப்பார்கள்.

குபேரனுக்குச் சமமாக ஏராளமான பொன்னைக் குவித்து வைத்திருப்பார்கள். போதுமென்ற உள்ளம் அவர் களிடமும் பொருந்துவதில்லை. செம்பு, ஈயம்,வெள்ளி, இரும்பு போன்ற

குறைந்த விலையுள்ள உலோகங்களைப் பொன்னாக்கி உயர்ந்த விலைக்கு விற்பனை செய்ய ஆசைப்படுவார்கள்; இவற்றைப் பொன்னாக்கலாம் என்று நம்புகின்றனர். இந்த முறைக்கு இரசவாதம் என்று பெயர். இரசவாத வித்தையைக் கற்றுக் கொள்ளக் குபேரர் போன்றவர்களும் அலைவார்கள்.

நீண்ட நாள் உயிர் வாழ்ந்துவிட்டோம். எல்லா இன்பங்களையும் அனுபவித்து விட்டோம்; வயதும் முதிர்ந்து விட்டது; இனி நாம் இறந்துபோனால் நட்டம் எதுவும் இல்லை - என்று யாரும் எண்ணுவதில்லை. இன்னும் நீண்டநாள் உயிர்வாழ வேண்டும் என்றே ஆசைப்படுவார்கள். உடம்பை நீண்ட நாளைக்குப் பழுதுபடாமல் வைத்திருக்க உண்ணும் மருந்துக்குக் காயகல்பம் என்று பெயர். இந்தக் காயகல்பத்தைத் தேடிப் பழுத்து முதிர்ந்த கிழவர்களும் அலைந்து திரிந்து வருந்துவார்கள்.

இந்தப் பேராசைக்காரர்களின் முயற்சிகள் கைகூடுவதில்லை. அவர்கள் இந்தப் பேராசை காரணமாகத் துன்புறுவது தான் மிச்சம். இயல்பாகக் கைகூடும் காரியம் இரண்டே இரண்டு தான். அவை, நினைத்த சமயத்தில் பசி தீர உண்பது; படுத்து உறங்குவது ஆகியவை. இவைதான் எளிதில் முடியும் செயல்கள்.

எனக்கு வேறு எதுவும் வேண்டாம். இப்பொழுது இருப்பதே போதுமானதாகும். பார்க்கும் இடங்களில் எல்லாம் இடைவெளியில்லாமல் வாழ்கின்ற முழு முதலாகிய ஆனந்த வடிவமே! நான் உன்னிடம் வேண்டுவது ஒன்றே ஒன்றுதான். அது என்னவென்றால், நான் நான் என்ற செருக்கால் குழப்பம் அடைந்து, ஒன்றிலே உறுதியாக நில்லாமல், ஒன்றை விட்டு மற்றொன்றிலே தாவி அதைப் பற்றிக் கொண்டு பாசம் என்னும் பேராசைக் கடலிலே நான் வீழ்ந்து விடாமல் இருக்க வேண்டும். இதற்காக நான் என்னும் தன்மையற்ற பரிசுத்த மான நிலையை எனக்கு அருள்வாயாக.

இதுதான் இச்செய்யுளில் அமைந்த பொருள். தீமைகள் உற்பத்தியாகும் தொழிற்சாலை நான் என்னும் அகங்காரந் தான். அகங்காரம் நிறைந்த உள்ளம் தூய்மையாகவும் இராது; தூசும் தும்பும் நிறைந்த அழுக்கறையாகத்தான் இருக்கும். ஆதலால்தான் செருக்கற்ற தூய உள்ளத்தை எனக்கருள்க என வேண்டிப் பாடுகின்றார்.

தாயுமானவரின் இக்கருத்து, வள்ளுவர் காட்டிய வழியிலிருந்து வளர்ந்து வந்த கருத்தேயாகும். மக்கள் மன அமைதியோடு வாழ்வதற்குக் காட்டும் வழி, பேராசை கூடாது என்பதுதான்.

12. பண்புள்ள வாழ்வின் பயன்

கல்வி மட்டும் இருந்தால் போதாது; கற்றதனால் மட்டும் அறிவு வளர்ந்துவிடாது. கல்வியற்றவருக்கும் அறிவுண்டு. ஆனால் அந்த அறிவு போதும என்று புகன்று விட முடியாது. கல்லாதவர்களிடம் உள்ள அறிவு வாழ்க்கைக்கு வழிகாட்டி விடும் என்று சொல்லி விட முடியாது. கல்வியும் வேண்டும்; அதனோடு எதைப் பற்றியும் நுணித்தறிந்து உண்மையைக் காணும் உயர்ந்த அறிவும் வேண்டும். இவற்றைப் பெற்றவர்களே வாழ்விலே இன்புற முடியும்.

கல்வியும் அறிவும் இருந்தால் மட்டுமே போதாது. அதற்கு மேல் கேள்வியும் வேண்டும். அறிஞர்களிடம் பல உண்மை களைக் கேட்டுத் தெரிந்து கொள்ள வேண்டும். தமக்குத் தோன்றும் ஐயங்களையும் கேள்விகளின் மூலம் தெளிவாகத் தெரிந்துகொள்ள வேண்டும்.

கல்வியும், அறிவும், கேள்வி ஞானமும் உள்ளவர்கள் இளகிய நெஞ்சம் பெறவேண்டும். இரக்கமற்ற கன்னெஞ்சரா யிருப்பின், அந்தக் கல்வி, அறிவு, கேள்வி எல்லாம் விழலுக்கு இறைத்த நீர்தான்; மணலிற் சிந்திய பால்போலத்தான் வீணாகும். யாரைப் பார்த்தாலும், எவ்வுயிர்களை நோக்கினாலும் கருணை நிறைந்த கண்கொண்டு காணவேண்டும்.

கொலை செய்தல், திருடுதல், கள்ளுண்ணல், காமவெறி கொள்ளுதல், பொய் மொழிதல் ஆகியவை பஞ்சமா பாதகங்கள் என்று சொல்லப்படும். இவை ஐந்தும் ஒன்றோடு ஒன்று தொடர்புடையவை; அண்ணன் தம்பிகள்; அல்லது அக்காள் தங்கைகள்; ஒரு தாய் வயிற்றுப் பிள்ளைகள்.

இவற்றுள் ஒன்று நம்மைப் பற்றிக்கொண்டால் போதும்; ஏனைய நான்கும் எந்த இடுக்கின் வழியிலாவது வந்து நுழைந்துகொள்ளும். ஆகையால்தான் இவற்றை ஐம்பெரும் பாவம் என்று அறைந்தனர். இந்த ஐந்தும் அணுகாமல் ஒவ்வொரு மனிதனும் தன்னைப் பாதுகாத்துக் கொள்ள வேண்டும்.

இதற்குமேல் நால்வகை உறுதிப் பொருள்களை ஒவ்வொருவரும் நாடவேண்டும். இந்த நால்வகைப் பொருள்களையும் வடமொழியாளர் புருஷார்த்தங்கள் என்பர்; தமிழர் உறுதிப் பொருள்கள் என்பர். அவை, அறம், பொருள், இன்பம், வீடு என்பவை. பொருள் தேடி, அறம் புரிந்து, இன்பம் பெற்று இவ்வுலகில் வாழ்கின்றவனே மனிதப் பிறப்பின் பயனைப் பெற்றவன். அவனே விடுதலை பெறுவான்; உரிமை யுள்ளவனாக வாழ்வான்; இறந்தபின் வீடு பெறுவான்; மோட்சம் அடைவான்.

ஆகவே, கல்வி, அறிவு, கேள்வி, கருணை, நோக்கம், ஐம்பெரும் பாவங்களைச் செய்யாமை, நால்வகை உறுதிப் பொருள்களையும் நாடுதல் - இவை மக்கள் அடைய வேண்டிய பண்புகள். இவற்றை அடையாத மக்கள் பிறந்தும் பயன் பெறாதவர்; பண்பற்றவர்; மக்கள் பிறவியினர் என்று மதிக்கப் பட மாட்டார்.

இந்த உண்மையைத் தாயுமானார் ஒரு செய்யுளிலே தெளிவாக எடுத்துக்காட்டுகின்றார். இதோ அச்செய்யுளைப் பாருங்கள்:

கல்லாத அறிவும்,மேல் கேளாத கேள்வியும்
கருணைசிறிது ஏதும்இல்லாக்
காட்சியும், கொலைகளவு கள்காமம் ஆட்சியாக்
காதலித் திடும்நெஞ்சமும்,
பொல்லாத பொய்ம்மொழியும், அல்லாது நன்மைகள்
பொருந்துகுணம் ஏதும்அறியேன்;
புருடர்வடி வானதே அல்லாது கனவிலும்
புருஷார்த்தம் ஏதும்இல்லேன்;

எல்லாம் அறிந்தநீ அறியாதது அன்று; எனக்கு
எவ்வண்ணம் உய்வண்ணமோ!
இருளைஇருள் என்றவர்க்கு ஒளிதா ரகம்பெறும்;
எனக்குநின் அருள்தாரகம்;

வல்லான் எனும்பெயர் உனக்கு உள்ள தே! இந்த
வஞ்சகனை ஆளநினையாய்!
மந்த்ரகுருவே யோக தந்த்ரகுருவே மூலன்
மரபில்வரும் மவுனகுருவே!

மக்களுக்கு அமையவேண்டிய பண்புகள் இவை என்பதை, இந்த இனிய பாடலிலே அமைத்துக் காட்டுகிறார் தாயுமானவர். எவ்வெக்குணங்கள் - பண்புகள் - தன்மைகள் - வேண்டும் என்று எண்ணுகின்றாரோ, அவை தம்மிடம் இல்லையென்று கதறுகின்றார். அப்பண்புகளை எல்லாம் தமக்குத் தரும்படி அறிவையும், நூல்களையும், பொறுமையையும் வேண்டிக் கொள்கின்றார். நுண்ணறிவு, நூலாராய்ச்சி, பொறுமையாக - மவுனமாக - ஆராயுந்தன்மை இவற்றால் மேற்கண்ட மனிதப் பண்புகளை அடைய முடியும் என்பதே தாயுமானார் கருத்து.

இச்செய்யுளின் பொருளை உணர்ந்தால் இவ்வுண்மையை உணர்ந்து கொள்ளலாம். இச்செய்யுளின் பொருள் கீழ்வருவது:

கல்வி கற்காத அறிவும் சிறந்த பொருட்களைக் கேட்டுத் தெரிந்து கொள்ளாத கேள்வியும், கருணை சிறிதளவும் இல்லாத பார்வையும், கொலை, திருட்டுகள், காமம் ஆகியவற்றை நிலையுள்ளவையாக எண்ணி அவற்றை விரும்புகின்ற மனமும், பிறர்க்குத் தீங்கு செய்கின்ற பொய்யுரைகளும் அல்லாமல் நன்மைகள் அமைந்த குணம் ஒன்றும் பழகியறியேன்.

மனிதர் வடிவாகப் பிறந்திருக்கிறேனே அல்லாமல், கனவில் கூட, புருஷார்த்தத்தைப் பற்றிச் சிறிதும் எண்ணியறியேன். இந்த உண்மைகள், எல்லாம் அறிந்த உனக்குத் தெரியாதது

அன்று, எனக்கு எவ்விதந்தான் தப்பித்துக் கொள்ளும் விதம் கிட்டுமோ?

இவ்வுலகில் உள்ள இருளை இருள் என்று உணர்ந்தவர்க்கு, அறிவாகிய ஒளியே அவ்வாறு அறிவதற்குக் காரணமாக நிற்கும். நன்மை பெற விரும்பும் எனக்கு உனது அருளே பற்றுக் கோடாகும்.

எல்லாம் வல்லவன் என்னும் பெயர் உனக்கு உள்ளது அன்றோ? ஆதலால் இந்த வஞ்சகனாகிய என்னை, என் குற்றங்களை யெல்லாம் தவிர்த்து ஆட்கொள்ள எண்ணுவாயாக. இரகசியங்களை எல்லாம் அறியும் ஞான குருவே! நூல்களின் உண்மை யுணர்ந்த குருவே! திருமூலர் மரபிலே தோன்றிய மவுன குருவே!

மக்களுக்கு வேண்டிய தன்மைகள் எவையோ அவை யெல்லாம் தம்மிடம் இல்லை; அவற்றை அளித்தருள வேண்டும் என்று இச்செய்யுளின் மூலம் வேண்டுகிறார் தாயுமானவர்.

எனது அறிவு கல்வியோடு கூடியதன்று; சிறந்த கேள்வி அறிவும் என்னிடம் இல்லை. இரக்கமற்றிருக்கிறேன்; கொலை, களவு, கள், காமம் ஆகியவற்றை விரும்புகின்றது எனது உள்ளம். பொய் புகல்கின்றது எனது நா. நற்குணமற்றவன் நான். புருஷார்த்தத்தை விரும்பாமல் திரிகின்றேன். இத்தகைய நான் எப்படி வாழ்வேன்! நீ எல்லாம் வல்லவன். மேலே கண்ட என் குறைகளை எல்லாம் களைந்து என்னை ஆட்கொள்வாயாக!

இதுதான் இச்செய்யுளில் அமைந்திருக்கும் கருத்து. மனிதப் பிறப்பின் உயிர்நாடி ஒழுக்கமாகும். ஒழுக்கமற்றவன் பிறந்திருப்பதும் ஒன்றுதான்; பிறவாமலிருப்பதுவும் ஒன்றுதான். அவன் வாழ்வதும் ஒன்று தான்; சாவதும் ஒன்றுதான்.

ஒழுக்கமே மக்களுக்குப் பெருமையைத் தருவது; சிறப்பைத் தருவது. ஆதலால் ஒழுக்கத்தை உயிரைக் காட்டிலும் உயர்வாகக் காப்பாற்றிக் கொள்ள வேண்டும் என்பது வள்ளுவர் கொள்கை.

ஒழுக்கம் விழுப்பம் தரலான்ஒழுக்கம்
உயிரினும் ஓம்பப் படும்.

என்பதே அப்பொருளமைந்த குறள். இக்குறளின் கருத்தை மேலேகாட்டிய தாயுமானார் செய்யுள் வலியுறுத்துவதைக் காணலாம். இது சன்மார்க்க நெறியை விளக்கும் இனிய பாடலாகும்.

13. கருணாகரக் கடவுள்

கடவுள் இல்லை என்போர் சிலர்; உண்டு என்போர் பலர்; கடவுளை வணங்குவோர் பலர்; வணங்காதோர் சிலர்; கடவுளை நம்பி வழிபடுவோரில் பலதிறக் கொள்கையினர் உண்டு; உருவ வழிபடுவோரில் பலதிறக் கொள்கையினர் உண்டு; உருவ வழிபாடே சிறந்தது என்போர் உண்டு; கடவுளுக்கு உருவம் இல்லை; அவனைக் கண்ணால் கண்டறியவும் முடியாது! அப்படிப்பட்ட ஆண்டவனுக்கு ஓர் உருவை அமைப்பது பெரிய பாவம்; இது இறைவனை அவமதிப்பதாகும் என்போர் பலர். இப்படிப் பலதிறப்பட்ட கொள்கைகள் நிலவுகின்றன.

கடவுள் உண்டென்போர்க்கும் இல்லையென்போர்க்கும் பொதுவான வழிகாட்டும் அறிஞர்கள் பலர் உண்டு. இந்த இருவரும் ஒப்புக்கொள்ளும் பொதுக் கருத்தைக் கூறினால் அதை இருவரும் மறுக்க முடியாது அல்லவா?

அறிவு, ஆனந்தம், கருணை - இவற்றை ஒருவரும் வெறுப்பதில்லை. கடவுள் அன்பர்களும், அறிவின் வழி நடந்துகொள்ள வேண்டும்; ஆனந்தமாக நாமும் வாழ வேண்டும்; உலகத்தையும் வாழச் செய்ய வேண்டும்; எல்லோரிடமும் இரக்கம் காட்ட வேண்டும்; இக்குணம் மக்களிடம் என்றும் நிலவுமானால் மக்கள் சமுதாயமே மகிழ்ச்சியுடன் வாழும் என்ற கருத்தை ஒப்புக் கொள்ளுகின்றனர். இந்தப் பண்பைப் பெறுவதற்காகவே பராபரனை வாழ்த்தவேண்டும்; வழிபட வேண்டும் என்று கூறுகின்றனர்.

கடவுளை நம்பாதவர்களும் இவற்றை வெறுப்பதில்லை. அறிவு, ஆனந்தம், கருணையே மக்கள் வாழ்க்கையில் இன்பம் நிரம்புவதற்கான நீர் ஊற்றுக்கள் என்று ஒப்புக்கொள் கின்றனர்; மக்கள் இவற்றைப் பின்பற்றி நடப்பார்களானால், உலகிலே எத்துன்பமும் தலைகாட்ட முடியாது; மக்கள் அனைவரும் மகிழ்ந்து வாழ முடியும் என்று கூறுகின்றனர்.

இந்த உண்மையைத் தாயுமானவர் ஒப்புக்கொள்ளுகின்றார். நாத்திகரும், ஆத்திகரும் ஒப்புக்கொள்ளும் இவ்வுயர்ந்த கருத்தை அவர் பல பாடல்களிலே பாடி வைத்திருக்கின்றார்.

கருணாகரக் கடவுள் என்பது தாயுமானவர் பாடல்களிலே ஒரு பகுதி. இப்பகுதியில் பத்துப் பாடல்கள் இருக்கின்றன. ஒவ்வொரு பாட்டின் முடிவும் கருணாகரக் கடவுளே! என்று முடிகின்றது.

கருதரிய சிற்சபையில் ஆனந்த நர்த்தம்இடு
கருணா கரக்கடவுளே!

என்பது ஒவ்வொரு பாட்டிலும் நாலாவது அடியின் சரிபாதி வரியாகும்.

எண்ணி அளவிட முடியாத அறிவுச் சபையிலே ஆனந்தமாக நடனம் ஆடிக்கொண்டிருக்கின்ற கருணையே உருவான கடவுளே என்பதுதான் இவ்வடியின் பொருள்.

கடவுள் என்பது எங்கேயோ தனித்திருக்கும் ஒரு மரமோ, கல்லோ, மலையோ அன்று. அதற்கென்ற உருவம் ஒன்றும் இல்லை. பண்புதான் கடவுள். மக்கள் பண்பிலேயே கடவுளைக் காண முடியும். இக்கருத்தையே தாயுமானார் வலியுறுத்து கிறார்.

கடவுள் எங்கும் இருக்கிறார். உலகிலே காணும் எல்லாப் பொருள்களிலும் இருக்கிறார். உலகிலே உள்ள எல்லாப் பொருளாகவும் இருக்கிறார். அவர் மக்கள் உள்ளத்திலே

இருக்கிறார்; மக்கள் குணத்திலே - பண்பிலே - நடத்தையிலே - இருக்கிறார். இதுவே அவர் முடிவு.

இந்த முடிவு எல்லோரும் ஒப்புக்கொள்ளும் முடிவு. கடவுளை நம்புவோர் அனைவரும் ஏற்றுக்கொள்ளும் முடிவு. கடவுள் மறுப்புக்காரர்கள் கடவுள் என்னும் சொல்லைத்தான் ஒப்புக் கொள்ள மாட்டார்கள். அறிவு, ஆனந்தம், கருணை இவற்றை ஒப்புக்கொள்வார்கள். மக்கள் பண்பாட்டிலே இந்த மூன்றும் கலந்து நிரம்பியிருக்கவேண்டும் என்பது அவர் களுக்கும் உடன்பாடுதான்.

நாத்திகரானாலும் சரி, ஆத்திகரானாலும் சரி - அனை வரும் மனிதத் தன்மையுடன் வாழவேண்டும் என்பதே தமிழர் கொள்கை. ஆகையால் இருவரும் ஒப்புக்கொள்ளும் பொது நெறிகளைப்பற்றித் தமிழ் அறிஞர்கள் பலர் அழகாகப் பாடி வைத்திருக்கின்றனர்.

பண்ணேன் உனக்கான பூஜை;ஒரு வடிவிலே
பாவித்து இறைஞ்ச,ஆங்கே
பார்க்கின்ற மலர்ஊடு நீயே இருத்தி;அப்
பனிமலர் எடுக்கமனமும்
நண்ணேன்; அலாமல்இரு கைதான் குவிக்களனில்
நாணும்என் உளம்;நிற்றிநீ;
நான்கும் பிடும்போது அரைக்கும்பிடு; ஆதலால்
நான்பூஜை செய்யல்முறையோ!
விண்ணே !விண் ஆதியாம் பூதமே! நாதமே!
வேதமே! வேதாந்தமே!
மேதக்க கேள்வியே! கேள்வியாம் பூமிக்குள்
வித்தே !அவ் வித்தின்முளையே!
கண்ணே! கருத்தே! என் எண்ணே! எழுத்தே
கதிக்குஆன மோனவடிவே!
கருதரிய சிற்சபையில் ஆனந்த நர்த்தம்இடு
கருணா கரக்கடவுளே!

இது கருணாகரக் கடவுள் என்ற தலைப்பில் உள்ள பத்துப் பாடல்களிலே ஒன்று. இச்செய்யுள் நீரோட்ட மாகத் தான் இருக்கின்றது. எளிதிலே பொருள் விளங்கக் கூடியதுதான். ஆயினும் இச்செய்யுளின் பொருள் தெளிவாக உள்ளத்திலே பதிய வேண்டுமானால் இதை உரைநடையிலும் படித்தறிய வேண்டும். அப்பொழுதுதான் தமிழர்களின் பண்பாடும், அருள்நெறியும் தெளிவாகத் தெரியும்.

இச்செய்யுளில் மூன்றாவது அடியிலிருந்து பொருள் கொள்ள வேண்டும். விண்ணே என்று தொடங்கும் மூன்றாவது அடியை முதல் அடியாக வைத்துக் கொள்ள வேண்டும்; கண்ணே என்று தொடங்கும் நான்காம் அடியை இரண்டாவது அடியாக வைத்துக்கொள்ள வேண்டும்; பண்ணேன் என்று தொடங்கும் முதல் அடியை மூன்றாவது அடியாக வைத்துக் கொள்ள வேண்டும்; நண்ணேன் என்று தொடங்கும் இரண்டாவது அடியை நான்காவது அடியாக வைத்துக் கொள்ள வேண்டும். இந்த முறையிலே வைத்துக் கூறப்படுவதே கீழ்வரும் பொருள்;

வானமே! வானம், நீர், நிலம், நெருபபு, காற்று ஆகிய ஐம்பூதமே! ஒலி வடிவே! வேதமே! வேதத்தின் முடிவே! சிறந்த கேள்விச் செல்வமே! கேள்வியாகின்ற நிலத்தின் ஆழத்திலே கிடக்கின்ற விதையே! அந்த வித்திலே முளைத்து மேலே தோன்றிய அறிவாகிய முளையே!

ஒவ்வொரு பொருளையும் கண்டறிகின்ற கண்ணே! காணும் பொருள்களின் உண்மையை உணர்கின்ற கருத்தே! என்னால் கணக்கிடப்படும் எண்ணாக இருப்பவனே! எழுத் துருவே! நான் புகுவதற்கு இடமாக இருக்கின்ற மௌன உருவமே! உள்ளத்தால் எண்ணி அறிய முடியாத அறிவுச் சபை என்னும் சிற்றம்பலத்திலே ஆனந்தமாக நடனமாடிக் கொண்டிருக்கின்ற கருணையே உருவமாகிய கடவுளே!

உனக்கான பூசையை நான் செய்யவில்லை. ஓர் உருவத்திலே நீ இருப்பதாக எண்ணி வணங்கத் தொடங்கு வேனானால்,

அங்கே உனக்குச் சூட்ட அல்லது அருச்சனை செய்வதற்காக நான் எடுக்கப் பார்க்கின்ற மலர்களிலும் நீதான் இருக்கிறாய். ஆதலால் அந்தக் குளிர்ந்த மலர்களைப் பறிக்க மனமிசைய மாட்டேன். மலர் கொண்டு பூசை பண்ணாமல், இரு கைகளையும் குவித்து வணங்குவோம் என்றால், என் உள்ளம் நாணம் அடைகிறது. ஏன் என்றால் என் உள்ளத்திலேயே நீ நிலையாக நிற்கின்றாய்; ஆதலால் நான் உன்னை வெளியிலே இருப்பதாக வைத்துக் கும்பிடும்போது அது அரைக் கும்பிடாகத் தான் முடியும். ஆகையால் நான் உன்னை ஓர் உருவிலே இருப்பதாக வைத்துப் பூசை செய்தால் அது முறைதானா?

இவ்வாறு கேள்வியிலேயே முடிகின்றது இச்செய்யுள்; ஆழ்ந்த கருத்தமைந்த செய்யுள்; அனைவரும் போற்றத் தகுந்த அரிய செய்யுள். கருணை - ஆகரம் என்ற சொற்கள் கருணாகரம் என்று நிற்கின்றது. ஆகரம் - உருவம்; வடிவம்.

கருணை வடிவானவர் கடவுள்; கருணையே கடவுள். கருணையுடன் நடந்துகொள்ளுவோரே கடவுள் தன்மை யுள்ளவர் என்ற கருத்து எல்லார்க்கும் ஒத்த கருத்து; உடன் பாடான கருத்து. இந்தச் சமரசக் கருத்தை - சன்மார்க்க போதத்தை - மறுப்பார் எவரும் இல்லை.

14. மனக் கனிவின் மாண்பு

மக்களிலே பலர், பிறர் துன்பத்தைப் பார்த்து வாய் அனுதாபம் காட்டுவார்கள். ஆனால் அவர்கள் துன்புறுவோரின் துன்பத்தைப் போக்கும் பணியிலே துணிந்து இறங்க மாட்டார்கள். இப்படி வாய் அனுதாபம் காட்டுகின்றவர்கள் தாம் மக்கள் கூட்டத்தில் பெருந்தொகையினர். தேனொழுகப் பேசுவதோடு சரி; உள்ளத்திலே இரக்கம் என்பது எள்ளளவும் இராது.

இரக்கம் உள்ளவர்களைப் போல் உரையாடுவோர் அனைவரையும் இரக்கம் உள்ளவர்கள் என்று நம்பிவிட முடியாது. எந்தப் புற்றில் எந்தப் பாம்பு இருக்குமோ என்று சொல்லும் பழமொழி உண்மையானது. புன்சிரிப்பையும், கனிந்த மொழி களையும் கண்டு ஏமாந்து விடக்கூடாது.

இவ்வுலகில் உள்ள எல்லா மக்களும் உள்ளம் கனிகின்றவர் களாயிருந்துவிட்டால் துன்பச் சுழலுக்கு இவ்வுலகில் வேலையே இல்லை; அது அடங்கி மறைந்துவிடும். எங்கும் அமைதிதான் தவழ்ந்து கொண்டிருக்கும்.

பெரும்பாலான மக்கள் கல்மனம் படைத்தவர்கள்; தம்முடைய நன்மைக்காக - இன்பத்துக்காக - எதையும் செய்யத் துணிந்தவர்கள்; பொய், கொலை, களவு, பிறரைத் துன்புறுத்தல் போன்ற செயல்களைச் செய்கின்றவர்கள். கல்மனம் படைத்தவர்கள்தாம் இவற்றைச் செய்கின்றனர்.

ஒவ்வொரு நாளும் பத்திரிகையிலே பல செய்திகளைப் படிக்கின்றோம். கொடுத்த கடனைத் திருப்பிக் கேட்டதற்காகக் கத்திக்குத்து; வீட்டு வாடகை கேட்டதற்காகக்

கத்திக் குத்து; ஒரு பெண்ணை இருவர் காதலித்தனர் - அதன் காரணமாக அவர் களுக்குள் அடிதடி சண்டை; குழந்தைகள் ஒன்றோடு ஒன்று சண்டை போட்டுக் கொண்டதற்காகப் பெற்றோர்களுக்குள் அடிதடி; சட்டைப் பையில் பணம் வைத்திருந்தவனை வழிமறித்துக் கொலை செய்தனர் என்பன போன்ற பல செய்திகளைப் பார்க்கின்றோம். உண்மையில் அனைவரும் இரக்கம் உள்ளவர்களாயிருந்தால் இத்தகைய நிகழ்ச்சிகளே நடைபெறமாட்டா. இவை மட்டுமா?

எல்லா மக்களும் இரக்க மனம் படைத்தவர்களாயிருந்தால் இவ்வுலகில் பிச்சைக்காரர்களே இருக்க மாட்டார்கள்; பட்டினி கிடந்து பரிதவிக்கும் மக்களையும் பார்க்க முடியாது; உடுத்த உடையின்றி அரை நிர்வாணத்துடன் அலையும் ஆண்களையோ பெண்களையோ காணமுடியாது; இருக்க இடம் இன்றி, மழையிலும் பனியிலும் குளிரிலும் வெயிலிலும் கிடந்த உழலும் மக்கள் கூட்டத்தையும் காணமுடியாது; இவர்கள் மக்கள்தானா என்று ஐயப்படும்படியாக உருக்குலைந்து, பேயோ பிசாசோ என்று அஞ்சத்தக்க ஆபாசத்துடன் அலையும் மனிதர்களையும் பார்க்கமுடியாது. எல்லா மனிதர்களும் மனிதத் தன்மையுடன், இன்புற்று வாழ்வதையே காணமுடியும்.

அறிவுள்ளவர்கள், அரசியல் வாதிகள், அரசாங்கத் தலைவர்கள், விஞ்ஞானிகள் - இவர்கள் எல்லாம் உண்மையில் உள்ளக் கனிவுள்ளவர்களாயிருந்தால், உலகத்தில் போர் என்னும் சொல்லுக்கே இடம் இருக்காது; மக்களைக் கொன்று குவிக்கும் ஆயுதங்கள் உற்பத்தியாக மாட்டா; ஒரு நகரையோ நாட்டையோ சுடுகாடாக்கும் தன்மையான சக்தி பொருந்திய ஆயுதங்கள், குண்டுகள், வாயுக்கள் உற்பத்தியாகியிருக்க மாட்டா, உள்ளத்தில் உண்மையான இரக்கம் என்பது இல்லாத காரணத்தால் தான் இவையெல்லாம் உற்பத்தி செய்ய்பபடுகின்றன.

ஆயிரக்கணக்கான ஆண்டுகளாக அணுஅணுவாக வளர்ந்து வந்ததே இன்றுள்ள மனித நாகரிகம். இந்த மனித நாகரிகத்தை

ஒரு நொடியில் அழித்துச் சிதைத்து விடக்கூடிய அவ்வளவு இரக்கமற்ற படைகள் - ஆயுதங்கள் - இன்று உற்பத்தி செய்யப்பட்டிருக்கின்றன. மனித உள்ளம் இளகும் தன்மை யுள்ளதா யிருந்தால் எண்ணவும் நடுக்கம் தருகின்ற கொடுங் செயல்களுக்கு ஆதரவு தருமா? தரவே தராது.

இவற்றையெல்லாம் எண்ணிப் பார்க்கும்போது, மக்கள் மனம் இரக்கத்தன்மையைப் பெறவில்லை; கல்லின் தன்மையைத் தான் பெற்றிருக்கின்றது என்பதைக் காணலாம்.

மக்கள் உள்ளத்தைக் கனிவுடையதாகச் செய்து விடலாமா என்றால், அது அவ்வளவு எளிதான காரியம் இல்லை. இன்றல்ல, நேற்றல்ல; ஆயிரக்கணக்கான ஆண்டுகளாக, அறிவுள்ளவர்கள் அனைவரும் இதைத்தான் சொல்லிக்கொண்டு வந்திருக் கின்றார்கள். உள்ளத்திலே இரக்கம் உள்ளவர்கள்தாம் உயர்ந்த மனிதர்கள்; இரக்கம் இல்லாதவர்கள் கொடியவர்கள்; அவர்களால் தான் உலகிலே கொடுமைகள் நடைபெறுகின்றன. ஆகையால், இரங்கும் உள்ளம் வேண்டும், வேண்டும், வேண்டும் என்று கதறியிருக்கின்றார்கள். ஆயினும் அந்தத் தன்மை இன்னும் எண்ணற்ற மக்களிடம் உண்டாகவில்லை; ஒட்டவில்லை; வளரவில்லை.

உள்ளத்தைக் கனியவைப்பது அவ்வளவு எளிதான செயல் அன்று; ஆகாது என்று உலகோர் எண்ணும் அரும் செயல் களையெல்லாம் செய்து முடிக்கலாம். ஆனால் உள்ளத்தை மட்டும் கனிய வைத்துவிட முடியாது என்று தாயுமானார் ஒரு பாடலிலே சொல்லுகிறார். அறிவுடையோர் கூட்டத்தைப் பார்த்து, வேண்டுவது போல - வினவுவதுபோலப் பாடப்பட்டது அச்செய்யுள்.

பாட்டுஅளி துதைந்துவளர் கற்பகநல் நீழலைப்
பாரின்இடை வரவழைப்பீர்!
பத்மநிதி, சங்கநிதி இருபாரி சத்திலும்
பணிசெயும் தொழிலாளர்போல்,

கேட்டது கொடுத்துவர நிற்கவைப் பீர்;பிச்சை
கேட்டுப் பிழைப்போரையும்
கிரீடபதி ஆக்குவீர்; கற்பாந்த வெள்ளம்ஒரு
கேணியிடை குறுகவைப்பீர்;
ஓட்டினை எடுத்து ஆயிரத்தெட்டு மாற்றாக
ஒளிவிடும பொன் ஆக்குவீர்!
உரகனும் இளைப்பாற யோகதண் டத்திலே
உலகுசுமை யாகஅருளான்
மீட்டிடவும் வல்லநீர்,என்மனக் கல்லைஅனன்
மெழுகுஆக்கி வைப்பது அரிதோ!
வேதாந்த சித்தாந்த சமரசநல் நிலைபெற்ற
வித்தகச் சித்தர்கணமே.

கல்வி அறிவுகளிலே தேர்ந்தவர்களைப் பார்த்து இவ்வாறு கேட்கிறார் தாயுமானார். வித்தகச் சித்தர் கணம் என்பது கல்வி நிறைந்த அறிவுடைய கூட்டமாகும். இதன் பொருளைக் காண்போம்:

வேதாந்த சித்தாந்தக் கொள்கைகளை ஒன்றாகக் கருதி, சமரச நிலையிலே நிற்கின்ற கல்விகள் எல்லாம் நிறைந்த அறிவுடைய கூட்டமே,

பாடுகின்ற வண்டுகள் மொய்த்து வளர்கின்ற கற்பக விருட்சத்தின் நல்ல நிழலை இவ்வுலகிலே வரவழைத்து வைப்பீர்கள்.

பத்ம நிதி, சங்க நிதி என்னும் தேவலோகச் செல்வங்களை இரு பக்கத்திலும் வரவழைத்து வைத்து, அவை ஏவல் செய்யும் பணியாளர்களைப் போலக் கேட்டவற்றை யெல்லாம் கொடுத்துக் கொண்டிருக்கும் படி நிற்க வைப்பீர்கள்.

பிச்சை வாங்கிப் பிழைப்பவர்களை, நினைத்தால் முடி மன்னர்களாக்கி வாழவைப்பீர்கள்.

ஊழியின் இறுதியிலே தோன்றும் வெள்ளத்தை உலகிலே பரவவொட்டாமல், ஒரு கிணற்றுக்குள் அடைத்து வைப்பீர்கள்.

உடைந்த மண் ஓட்டை எடுத்து, ஆயிரத்தெட்டு மாற்று மதிப்புப் போடும் பொன்னாக மாற்றிக் கொடுப்பீர்கள்.

ஆதிசேடன இளைப்பாறும்படி, இந்த உலகத்தை, யோக தண்டத்திலே சுமக்கும்படி செய்து அவனிடம் இரக்கம் காட்டி மீளச் செய்வீர்கள்.

இத்தகைய அரும்செயல்களை யெல்லாம் ஆக்கவல்ல நீங்கள் என் மனமாகிய கல்லை, நெருப்பிலே பட்ட மெழுகு போல உருகும்படி செய்வது முடியாத காரியமா? முடியும். அப்படியானால் ஏன் என் உள்ளத்தை இளகும்படி - கனியும்படி - செய்யவில்லை என்பதே இப்பாடலின் பொருள். இப் பாடலில், உள்ளத்தை உருக வைப்பது அவ்வளவு எளிதான காரியம் அல்ல என்ற கருத்தைக் காணலாம்; உள்ளம் இளகும் தன்மையுள்ளவர்கள் உத்தமர்கள் என்ற உட்பொருளையும் உணரலாம்.

வேதாந்த சித்தாந்த என்று தொடங்கும் இறுதி அடியை முதலில் வைத்துப் பொருள் சொல்லப்பட்டது.

15. சாந்தமும் சமரசமும்

கல்வியின் பயன் அறிவு. அறிவு வளர்வதற்காகவே கல்வி கற்கவேண்டும் என்று சொல்லுகின்றோம். இந்தப் பாடத்தைப் படிக்காதவர்கள் யாரும் இல்லை. ஆரம்பப் பாடசாலை மாணவர்களிலிருந்து, கல்லூரிப் பேராசிரியர்கள் வரை அனைவரும் கல்வியைப் பற்றிப் பேசும்போது இதைத்தான் திருப்பித் திருப்பிச் சொல்லுகின்றனர்.

கல்வியினால் அறிவு வளர்கின்றது என்பது உண்மை தான். ஆனால் அந்த அறிவு எதற்காக என்ற கேள்வியைப் பலர் கேட்பதில்லை. கேட்டால் இந்தக் காலத்திலே இதற்குக் கிடைக்கும் விடை கீழ்வருமாறுதான் இருக்கும்:

அறிவுள்ளவர்கள்தாம் எல்லா நன்மைகளையும் அடைய முடியும்: எல்லாச் செல்வங்களையும் ஈட்டமுடியும்; இவ்வுல கத்திலே இன்பத்துடன் வாழமுடியும். ஆதலால் அறிவைச் சம்பாதித்துக் கொள்ள வேண்டும்; அதுவே என்றும் அழியாத செல்வம் என்று விடை தருவார்கள்.

இவ்விடை இக்கால நடப்புக்கேற்ற விடைதான். மேடும் பள்ளமும் போல், கசப்பும் இனிப்பும் போல், நெருப்பும் நிழலும் போல் இவ்வுலகிலே இன்பமும் துன்பமும் குடிகொண்டிருக்கின்றன. வறுமையும் செல்வமும் வாழ்ந்து வருகின்றன. பெரும்பாலான மக்கள் வறுமையால் வருந்துகின்றவர்கள். ஆதலால் அவர்கள் அறிவு எதற்காக? என்ற வேள்விக்கு மேற்கண்ட விடையைத் தான் விளம்புவார்கள்.

திருவள்ளுவர், கடவுளை வணங்குவதற்கே கல்வி கற்பது என்று சொல்லிவிடுகின்றார். கற்றதனால் ஆய பயன் என்கொல் வால்அறிவன், நற்றாள் தொழாஅர் எனின் என்பது திருக்குறள். இக்குறள், கடவுளை வணங்குவதுதான் கல்வியின் பயன்; கடவுளை வணங்காவிட்டால் எவ்வளவு கல்வி கற்றிருந்தாலும் பயன் இல்லை என்று திட்டமாகக் கூறுகின்றது.

கையாலாகாதவனுக்குத்தான் கடவுளும் தலைவிதியும் என்பது இக்காலத்துப் பழமொழி. முயற்சியே எல்லா நன்மையும் தரும்; கடவுளால் நாம் பெறுவது ஒன்றும் இல்லை என்ற கருத்தைக் கொண்டதுதான் இப்பழமொழி. முயன்றால் தான் எதுவும் கிடைக்கும்; கடவுளை நம்பிக் கையைக் கட்டிக்கொண்டு சும்மா உட்கார்ந்திருந்தால் ஒன்றும் கிடைத்துவிடாது. இது உண்மைதான்.

ஆனால், பண்டைத் தமிழர் கல்வியின் பயன் கடவுளை வணங்குதல் என்று ஏன் கூறினார்கள் என்பதைத்தான் நாம் கவனிக்கவேண்டும்.

அக்காலத்திலே மக்களிடையிலே கடவுள் நம்பிக்கை குடிகொண்டிருந்தது. நாம் நன்மை செய்தால் கடவுள் கருணை காட்டுவார்; தீமை செய்தால் கடவுள் தண்டிப்பார் என்ற நம்பிக்கை அக்கால மக்களிடம் நிலைத்திருந்தது. ஆதலால்தான் கடவுள் நம்பிக்கையை வலியுறுத்தினர்.

உண்மையான கடவுள் நம்பிக்கையுள்ளவர்கள் மன அடக்கமுடன் இருப்பர்; யாருக்கும் தீமை புரியமாட்டார்கள்; மற்றவர்கள் மனம் நோகும்படி நடந்து கொள்ள மாட்டார்கள்; ஒழுக்க நெறியிலே தவற மாட்டார்கள்; உலகில் வாழ்வோர் யாரிடத்திலும் வெறுப்பும் சினமும் காட்ட மாட்டார்கள்; அனைவரையும் அன்புடன் நேசிப்பார்கள். இதுவே இறைவன் உண்டென்று உண்மையாக நம்புகின்றவர்கள் நடத்தை. ஆகை யால்தான் கல்வியின் பயன் கடவுளைத் தொழுதல் என்று உரைத்தனர்.

கடவுள் சாந்த சொரூபி என்று கூறப்படுகின்றார். கடவுள் எல்லா மக்களிடமும் சமரச நோக்கம் உள்ளவர் என்றும் சொல்லப்படுகிறார். சாந்தமும் சமரசமுமே கடவுள் உருவமாக நினைக்கின்றவர்களும் சாந்தத்தைக் கைவிட மாட்டார்கள்; சமரசப் பாதையிலிருந்து விலகிச் செல்ல மாட்டார்கள். இந்த உண்மையைத் தாயுமானவர் ஒரு செய்யுளிலே அழகாக விளக்கிக் காட்டுகின்றார்.

கல்வி, அறிவை வளர்க்கின்றது என்பது உண்மைதான்; கல்வியால் எவருடனும் திறமையுடன் வாதமிடும் வல்லமையைப் பெறுகிறோம் என்பதும் உண்மைதான். எத்தகைய அறிவாராய்ச்சி யுள்ளவர்களோடும் வழக்காடி, நாம் சொல்லுவதே சரியென்பதில் வெற்றி பெறுகிறோம். எதிரிகள் சொல்லுவன உண்மையானாலும், நமது கல்வித் திறமையால் - வழக்கிடும் வல்லமையால் - அவற்றைப் பொய்யாக்கலாம்; அவர்களையும் பொய்யர்களாக்கித் தோல்வியடையச் செய்யலாம். கல்வியால் இத்தகைய வல்லமையை - அறிவைப் பெற்றிருந்தும் பயன் இல்லை. இந்தத் திறமையால் நாம் வாழ்க்கையின் பயனைப் பெற்று விட முடியாது; வாழ்க்கையிலே இன்பத்தையும் எய்திவிட முடியாது. சமரச ஞானத்தையும் அறிவையும் பெற்றிருந்தால்தான் சாந்தமுடன் - ஒழுக்கமுடன் - நன்னெறியிலே வாழ முடியும். இத்தகைய சமரச ஞான சாந்த வாழ்க்கைதான் உண்மையான இன்ப வாழ்வாகும். இதுவே தாயுமானவர் கருத்து.

தாயுமானவரின் இக்கருத்து திருவள்ளுவரின் கருத்தைத் தழுவியதுதான். தாயுமானவர் பண்டைத் தமிழ்ச் சான்றோர்களின் கருத்தைத்தான் எடுத்துக் கூறினார்.

கல்லாத பேர்களே நல்லவர்கள்! நல்லவர்கள்!
கற்றும்அறி வில்லாதஎன்
கர்மத்தை என்சொல்வேன்! மதியைஎன்
சொல்லுவேன்!
கைவல்ய ஞானநீதி
நல்லோர் உரைக்கிலோ கர்மம்முக் கியம்என்று

நாட்டுவேன்; கர்மம்ஒருவன்
நாட்டிலோ, பழைய ஞானம்முக் கியம்என்று
நவிலுவேன்; வடமொழியிலே
வல்லான் ஒருத்தன் வரவும், திராவிடத்திலே
வூந்ததா விவகரிப்பேன்;
வல்லதமிழ் அறிஞர்வரின் அங்ஙனே, வடமொழியின்
வசனங்கள் சிறிதுபுகல்வேன்;
வெல்லாமல் எவரையும் மருட்டிவிட வகைவந்த
வித்தைஎன் வித்திதருமோ?
வேதாந்த சித்தாந்த சமரசநன் னிலைபெற்ற
வித்தகச் சித்தர்கணமே!

இது தாயுமானவர் செய்யுள். நமது உள்ளத்தைக் கவரும் அரிய செய்யுள் இது. இச்செய்யுளில் அமைந்திருக்கும் ஆழ்ந்த கருத்துச் செறிவைக் காண்போம்.

நானும் நன்றாகச் சிந்தனை செய்து பார்த்தேன். சாந்தியும் சமரச ஞானமும் இல்லாதவர்கள் எவ்வளவு கற்றிருந்தாலும் பயன் இல்லை. அவர்களை விடக் கல்லாதவர்களே நல்லவர்கள். ஆம்; நல்லவர்கள் என்பதிலே ஐயமில்லை.

கல்வி கற்றும் அறிவில்லாமல் இருக்கின்ற என்னுடைய பிராரத்துவ கர்மத்தைப் பற்றி நான் என்ன சொல்லுவேன்! என்னுடைய அறிவைப் பற்றித்தான் நான் என்ன சொல்லுவேன்!

நன்மை கைகூடத்தக்க அறிவுள்ள நீதிமொழிகளை ஞானத்தை நல்லோர்கள் எடுத்துரைத்தால் அதை மறுப்பேன். ஞானமார்க்கத்தைவிடக் கர்மமார்க்கமே முக்கியம் என்று நிலைநாட்டுவேன்.

ஞான மார்க்கத்தை விடக் கர்மமே சிறந்தது என்று ஒருவன் உரைத்தால் அதனையும் மறுப்பேன். அவன் முன்பு, ஞானமார்க்கமே உயர்ந்தது என்று கூறுவேன்.

வடமொழியிலே கற்றுத் தேர்ந்த வல்லவன் ஒருவன் வந்து என்னிடம் வழக்காடினால், அவன் கூறுவனவெல்லாம் திராவிட மொழியிலே - தமிழ் மொழியிலே - இருப்பதாக விளக்கிக் காட்டுவேன்.

கற்று வல்ல தமிழ் அறிஞர்கள் என்னிடம் வந்து வாதாடினால் அவர்களுக்கும் பின்வாங்க மாட்டேன். அவர்கள் அஞ்சும்படி கடபுட வென்று வடமொழி வசனங்கள் சிலவற்றைச் சொல்லி விரட்டிவிடுவேன்.

உண்மையில் வாதம் புரிந்து வெல்லாமல், எல்லோரையும் மருண்டு ஓடும்படி செய்கின்ற கல்வியினால் என்ன பயன்? அது முத்தியைத் தருமா? மனச் சாந்தியைத்தான் தருமா? வேதாந்த சித்தாந்த தத்துவங்கள் எல்லாம் ஒன்றே என்னும் நல்ல நிலையைப் பெற்ற வித்தையிலே சிறந்த அறிஞர்களின் கூட்டமே!

இவ்வாறு அறிஞர்களின் கூட்டத்தைப் பார்த்து - சாந்தமும் சமரசமும் நிறைந்த சித்தர்கள் கூட்டத்தைப் பார்த்து - வேண்டுகிறார் தாயுமானவர்.

கல்வியை எதற்காகக் கற்கவேண்டும் என்ற உண்மையை இந்த ஒரு செய்யுள் தெளிவாக விளக்கிக் காட்டிற்று.

கல்வியைக் கற்பது வீணாகப் பிறருடன் வாதம் பேசுவதற்காக அன்று; எதற்கெடுத்தாலும் உண்மையை ஒப்புக் கொள்ளாமல், வீண் வழக்குப் பேசுவதற்காக அன்று. சித்தர் கணம்போல் சாந்தமாக - சமரசமாக வாழ்வதற்கே கல்வி கற்க வேண்டும். இதுவே தாயுமானார் கருத்து; அவருடைய போதனை.

16. ஆனந்த வாழ்வு

கவலையற்ற வாழ்வே ஆனந்தமான வாழ்வு. மகிழ்ந்து வாழும் வழியைக் காண்பதே மக்கள் கடமை. ஒவ்வொரு மனிதரும் கவலையின்றி வாழ வழி கண்டு பிடித்துவிட்டால் உலகமே ஆனந்தத் தாண்டவமாடும்.

மகிழ்ந்து வாழ்வதற்கு நமது முன்னோர்கள் எத்தனையோ முறைகளைச் சொல்லியிருக்கின்றார்கள். அம்முறைகளிலே பல ஆலோசித்துக் கூறப்பட்டவை; பல அனுபவித்துச் சொல்ப் பட்டவை.

ஆலோசித்துக் கூறப்பட்டிருக்கும் அறிவுரைகளை விட அனுபவித்துச் சொல்லப்பட்டிருக்கும் அறிவுரைகள் சிறந்தவை; பின்பற்றி நடக்கக்கூடியவை; எளிதிலே ஏற்றுக்கொள்ளத் தக்கவை.

ஆனந்தமாக வாழ்வதற்கு வழி கூறும் அனுபவம் பெற்ற அறிஞர்களிலே தாயுமானவர் ஒருவர். அவருடைய அறங்கள் சமரச சன்மார்க்கத்தைப் போதிப்பவை; பல உண்மைகளை உள்ளங்கை நெல்லிக்கனி போல் எடுத்துரைப்பவை.

அவருடைய பாடல் தொகுதியிலே ஆனந்தமான பரம் என்பது ஒரு பகுதி. அப்பகுதியில் உள்ள பாடல்கள் பத்து. பத்தும் பத்து இரத்தினங்கள். அதன் ஒன்பதாவது பாட்டில் மக்கள் எப்படி வாழ்ந்தால் இன்புறலாம் என்பதைத் தொகுத்துக் கூறிவிட்டார். அப்பாடலின் பொருளைக் காண்போம்:

1. நம் மனத்தை அடக்கியாளும் ஆற்றல் நமக்கு வேண்டும் எவ்வளவு கல்வி கற்றிருந்தாலும் எவ்வளவு உயர்ந்த செய்தி களைக் கேட்டிருந்தாலும் இக்குணத்தைப் பெறுதல் அரிது.

இந்த ஆற்றலை அடைதல் எளிதில் இயலாது. ஆதலால் இவ் வாற்றலைப் பெற முயற்சிக்க வேண்டும்; இதைப் பெறுவதிலே வெற்றி பெற வேண்டும்.

2. நான் என்ற அகங்காரம் ஒழியவேண்டும். எவ்வளவு அறிவுள்ளவனிடமிருந்தும் இந்த மமதை எளிதிலே நீங்குவ தில்லை. இதுவும் உள்ளத்தைப் பற்றியிருக்கும் ஒரு பிறவிப் பிணி. இந்த அகந்தையாகிய பிறவிப் பிணியை ஒழிக்கின்றவனே உயர்ந்த மனிதன். ஒருவனால் தனியாக எக்காரியத்தையும் செய்துவிட முடியாது. எந்தக் காரியமானாலும் பலருடைய உதவியால் - ஒத்தாசையால் - கூட்டுறவால்தான் நிறைவேற்ற முடியும். இந்த உண்மையை உணர்ந்தவர்கள் செருக்கடைய மாட்டார்கள். நான்தான் இதைச் செய்தேன்; என்னால்தான் இதைச் செய்ய முடியும்; இச்செய்கையின் பலன் எனக்கேதான் வேண்டும் என்பவை அகந்தையின் விளைவுகள்.

3. மனத்துக்குள்ள மற்றொரு பிறவிக்குணம் எதைப் பார்த்தாலும் ஆசைப்படுவது. இன்பந் தருவதற்கு உதவும் என்று எண்ணுகின்ற எல்லாப் பொருளையும் அடைவதற்கு ஆசைப் படுவது. இது மிகப் பொல்லாத குணம். போதும் என்ற மனமே பொன் செய்யும் மருந்து என்பதை உணர்ந்து நிறை மனத்துடன் வாழப் பழகவேண்டும்; குறைமனம் கூடாது.

4. ஈகைக் குணமும் இரக்க சிந்தையும் வேண்டும். இவை இரண்டும் இரட்டைப் பிள்ளைகள். ஈகைக் குணம் உள்ளவரிடத்திலே இரக்க சிந்தனை உண்டு; இரக்க சிந்தை உள்ளவரிடத்திலே ஈகைக் குணம் உண்டு. மற்றவர்கள் படும் வேதனையைக் கண்டு உள்ளம் வருந்துகின்றவர்களே மனிதத் தன்மையுள்ளவர்கள். இவர்கள்தான் ஈகையும் இரக்கமும் உள்ளவர்களாக இருக்க முடியும்.

5. ஒழுக்கம், முயற்சி, உறுதி இவை மக்களுக்கு இன்றியமையாத குணங்களாகும். ஒழுக்கத்தைச் சீலம் என்பர்;

முயற்சியைத் தவம் என்பர்; உறுதியை விரதம் என்பர். பிறருக்குத் தீங்கு நேராமல் வாழ்க்கை நடத்துவது சீலம்; ஒழுக்கமாகும். தொடங்கிய செயலை எவ்வித இடையூறு களுக்கும் அஞ்சாது செய்து முடித்தல் முயற்சி; தவமாகும். இன்ன காரியத்தைச் செய்து முடிப்பேன் என்ற தீர்மானித்துக் கொள்வது உறுதி; விரதமாகும். இந்த முக்குணம் பெற்ற மக்களே முன்னேற முடியும்.

6. எப்பொழுதும் பொய் பேசுவதில்லை என்ற உறுதியுடன் வாழ்வது; உண்மையே பேசுவது; எவ்வளவு இலாபம் வருவதாயினும் மெய்யைக் கை நழுவவிடாமல் இருப்பது, இதுவும் மக்களுக்கு வேண்டிய உயர்ந்த ஒழுக்கமாகும்.

7. பிறர் கேட்கும்படி நல்லுரை கூறுதல்; ஆனால் தான் மட்டும் நல்வழியிலே நடக்காதிருத்தல். இக்குணம் உள்ளவர்கள் மதிக்கப்படமாட்டார்கள். சொல்லும் செயலும் ஒன்றாக இருக்கவேண்டும். சொல் வேறு, செயல் வேறு என்று வாழ்கின்றவர்களைவிடத் தீயவர்கள் வேறுயாரும் இல்லை.

மேலே காட்டிய குணங்களையுடைய மக்களே ஆனந்தமாக வாழ முடியும் என்று கூறுகின்றார் தாயுமானவர்.

மன அடக்கம் இல்லாதவர்கள், அகந்தையுள்ளவர்கள், கண்டவைகள்மேல் எல்லாம் ஆசை வைப்பவர்கள், ஈகையும் இரக்கமும் அற்றவர்கள், சீலம், தவம், விரதம் இல்லாதவர்கள், பொய் புகல்பவர்கள், சொல் வேறு செயல் வேறாயிருப்பவர்கள் - ஆகிய இந்த ஏழு வகையினரும் இன்பத்தைக் காண மாட்டார்கள்; இவ்வுலகில் ஆனந்தமாக வாழமாட்டார்கள்; அவர்கள் வாழ்க்கை துக்கம் - துன்பம் - தொல்லை - மனக் கவலை - நிறைந்து வழியும் வாழ்க்கையாகத்தான் இருக்கும். இது அனுபவ உண்மையாகும். இக்கருத்துப் பொதிந்த பாடல்தான் கீழே வருவது:

எத்தனை விதங்கள்தான் கற்கினும் கேட்கினும்என்
இதயமும் ஒடுங்கவில்லை;

யான்எனும் அகந்தைதான் எள்அளவும் மாறவில்லை;
யாதினும் அபிமானம்என்
சித்தமிசை குடிகொண்டது; ஈகையொடு இரக்கம்என்
சென்மத்தும் நான்அறிகிலேன்;
சீலமொடு, தவம்,விரதம் ஒருகனவில் ஆயினும்
தெரிசனம் கண்டும்அறியேன்;
பொய்த்தமொழி அல்லால் மருந்துக்கும் மெய்ம்மொழி
புகன்றிடேன்; பிறர்கேட்கவே!
போதிப்பது அல்லாது சும்மா இருந்துஅருள்
பொருந்திடாப் பேதைநானே;
அத்தனை குணக்கேடர் கண்டதாக் கேட்டதா
அவனிமிசை உண்டோசொலாய்!
அண்டபகிர் அண்டமும் அடங்கஒரு நிறைவாகி
ஆனந்த மானபரமே!

இச்செய்யுளைப் படிக்கும்போது, நம்முள்ளம் உருகுகின்றது. சொல்ல எண்ணிய பொருளை, எல்லோர்க்கும் எளிதிலே விளங்கும்படி பாடியிருக்கும் பாடல் இது.

இந்தப் பாடலை அடிக்கடி படிப்பவர்கள் - படித்து அப்படியே மனப்பாடம் பண்ணிக்கொள்ளுகின்றவர்கள் - இப்பாடலின் பொருளை அனுபவத்தில் கொண்டு நிற்பவர்கள் - சிறந்த சீலமுடையவர்களாய், மனக் கவலையின்றி ஆனந்தமாக வாழ்வார்கள்.

எத்தனை வகையாகக் கற்றாலும் உயர்ந்த அறங்களைக் கேட்டாலும் என் உள்ளம் ஒடுங்கவில்லை.

நான் என்னும் ஆங்காரம் என் உள்ளத்தை விட்டு எள்ளளவு கூட மறைந்துவிடவில்லை.

எல்லாவற்றிலும் ஆசை வைக்கும் தன்மை என் உள்ளத்திலே குடிகொண்டிருக்கின்றது.

ஈகையையும், இரக்கத்தினையும் இந்தப் பிறவியிலே நான் கண்டதேயில்லை.

சீலம், தவம், விதம் என்பவற்றை நான் என் கனவில் கூடக் கண்டதில்லை.

எப்பொழுதும் பொய்தான் பேசுவேன்; மருந்துக்குக் கூட மெய் புகன்று அறியேன்.

பிறர் கேட்கும்படி அறிவுரைகள் புகல்வேன். இதைத் தவிர அந்த அறிவுரைகளைப் பின்பற்றி, உன் அருளைப் பெறாமல் சும்மாவிருக்கின்றேன். நான் ஒரு பேதை.

இத்தனை குணங் கெட்டவர்களை இவ்வுலகிலே கண்டதாகவோ, இருப்பதாகக் கேட்டதாகவோ யாரேனும் இவ்வுலகில் சொல்லியதுண்டோ?

இவ்வுலகிலும் வெளியுலகிலும் எங்கும் நிறைந்திருக் கின்ற ஆனந்தமயமான உயர்ந்த பொருளே!

இதுவே இப்பாடலில் அடங்கியிருக்கும் பொருள். இந்த அருந்தமிழ்ச் செய்யுள், ஆனந்தமாக வாழக் கூடியவர்கள் யார்? துன்புற்றுக் கவலையுடன் வாழக் கூடியவர்கள் யார்? என்பதை விளக்கமாக உரைத்து விட்டது.

தந்நலந் துறந்த மக்களே ஆனந்த வாழ்வைப் பெற முடியும்? தந்நலமே குறிக்கோளாக உடையவர்கள் ஆனந்தமாக வாழ முடியாது. இதுதான் இப்பாடலின் முடிந்த கருத்தாகும். இதுவே தமிழகத்திலே தோன்றிய அருள்நெறிச் சான்றோர் களின் அரிய கருத்தாகும்.

17. இன்பக் கடல்

ஒவ்வொருவருக்கு ஒவ்வொன்று இன்பமாகத் தோன்றும். அது அவரவர்களின் பழக்கத்தைப் பொறுத்தது. விளையாட்டுப் பிள்ளைகளைப் பாருங்கள். விளையாட்டிலேயே கருத்து. வெயில், மழை என்று பார்க்க மாட்டார்கள்; பசி தாகத்தைப் பொருட்படுத்த மாட்டார்கள். எப்பொழுதும் விளையாடு வதிலேயே எண்ணம்.

செல்வத்தைச் சேர்ப்பதிலேயே சிந்தையைச் செலுத்து கின்றவர்களைக் காணுங்கள். அவர்களும் அப்படித்தான். எதைச் செய்தாவது - எந்த வழியிலாவது - எப்படியாவது - பணத்தைக் குவிக்க வேண்டும். அதற்காக அவர்கள் உடல் நன்மையையும் பேணாமல் உழைப்பதைப் பார்க்கிறோம்.

புகழை விரும்புவோரை எடுத்துக்கொள்ளுங்கள். அவர்களும் புகழுக்காக - பெருமைக்காக - மற்றவர்களின் பாராட்டுதலைப் பெறுவதற்காக - எதையும் செய்வார்கள். எவ்விதத் தியாகத்தையும் செய்வார்கள். அவர்களுடைய இன்பம் எல்லாம், பிறர் அவர்களைப் புகழ்ந்து பேசுவதிலேயே அடங்கியிருக் கின்றது.

படிப்பதிலே ஆர்வம் உள்ளவரைப் பாருங்கள். எப்பொழுதும் எதையாவது படித்துக் கொண்டே இருப்பார்கள். அதிலேதான் அவர்களுக்கு இன்பம். படிக்காவிட்டால் பொழுதே போகாது.

குடிப்போர்க்குக் குடிப்பதில் இன்பம். சூதாடுவோர்க்குச் சூதாடுவதில் இன்பம். பேசிக்கொண்டே யிருப்போர்க்கு எதையாவது பேசிக்கொண்டே யிருப்பதில்தான் இன்பம். சண்டை போடுவோர்க்கு எதிரிகள் கிடைக்காவிட்டாலும்

வழியோடு போகின்றவர்களையாவது அழைத்து வைத்துக் கொண்டு வம்புக்கு இழுப்பதிலே இன்பம்.

இவ்வாறு ஒவ்வொருவரும் அவரவர்கள் பழகிய வழியிலே இன்பங் காணுகின்றனர்.

உண்மையான கடவுள் இன்னதுதான் என்பதை அறிந்தவர்கள், கடவுளை எண்ணுவதையே - நினைப்பதையே இன்பமாக எண்ணுவார்கள். இவர்கள் கடவுளுக்கு இன்பக் கடல் என்றே பெயர் வைத்து அழைப்பார்கள்; அழைத்தே விட்டார்கள். இறைவனை எண்ணும் போது, எல்லாத் துன்பங்களையும் மறந்து இன்பத்திலே திளைக்கின்றனர்; ஆதலால் இன்பக் கடல் என்றே இறைவனை எண்ணுகின்றனர்.

இன்றும் நடைமுறையிலே ஓர் உண்மையைக் காணலாம். கடவுள்பால் நம்பிக்கை வைத்தவர்கள் தங்களுக்குத் தாங்க முடியாத துன்பம் வந்த காலத்தில் ஏதேனும் ஒரு கடவுள் பெயரையே அழைக்கின்றனர். அல்லாவே, ஏசுவே, கிருஷ்ணா, ராமா, சிவா, கோவிந்தா, முருகா, பகவானே என்று அவரவர்கள் தங்கள் உள்ளத்திலிருக்கும் தெய்வத்தின் பெயரைச் சொல்வதைப் பார்க்கிறோம். இவ்வாறு சொல்லுவதால் சிறிது மனச்சாந்தி அடைகின்றனர். மனச்சாந்தி இல்லாவிட்டால் ஏன் இப்பெயர்களைச் சொல்லுகின்றனர்?

இறைவன் மேல் உள்ள நம்பிக்கை பயன் தருமா? பயன் தராதா? என்ற வழக்கே வேண்டாம். மனச்சாந்திக்கு இறைவன் பெயர் பயன்படுகின்றது. இறைவனைக் குறிக்கும் பெயர்கள், கடவுள் நம்பிக்கை அற்றவர்களுக்குக் கூட ஓர் ஆறுதல் மொழியாக - சமாதான வார்த்தையாகப் பயன்பட்டு வருகின்றது. இதில் யாரும் குறை சொல்ல இடமில்லை.

இந்த உண்மையைத் தாயுமானவர் பாடல் ஒன்று நமக்கு எடுத்துக் காட்டுகின்றது. தாயுமானவர் இறைவனைச் சுகவாரி என்னும் பெயரால் அழைக்கின்றார். குணம் அற்றது, உயர்ந்த தெய்வம், பெரிய ஒளி - இதுதான் சுகவாரி. சுகவாரி என்றால் இன்பக் கடல்.

இரக்கம் நிறைந்த உள்ளம் வேண்டும். கருணை காட்டு வோரிடம் கருணை காட்டவேண்டும். அறிவுடையோர் வகுத்த நெறியிலே ஒழுகவேண்டும். நான் எப்பொழுதும் துன்புறாமல் இன்புற்று வாழவேண்டும். பொய் பேசாமல் என்றும் உண்மையே உரைக்கும் தன்மை வேண்டும. வீண் மொழிகளைப் பேசிக் கொண்டு காலம் போக்காமல் இருக்க வேண்டும். மௌனமே இன்பத்திற்கு வழி. துன்பம் எதுவும் அணுகாமலிருப்பதற்கு அதைவிடச் சிறந்த நெறி எதுவும் இல்லை. ஆதலால் என் உள்ளம் அது நினைத்த வழிகளில் எல்லாம் ஓடாமல் அடங்கி யிருக்கும்படி உதவி செய்ய வேண்டுகின்றேன் என்று வேண்டிக் கொள்கிறார்.

சுகவாரி என்ற தலைப்பின் கீழே *12* பாடல்கள் காணப் படுகின்றன. அவற்றுள் நம் உள்ளத்தைக் கனிவிக்கும் பாடல் ஒன்றில் மேலே குறித்த பொருள் காணப்படுகின்றது. அப்பாடல் தான் கீழ்வருவது:

கல்லேனும் ஐயஒரு காலத்தில் உருகும்,என்
கல்நெஞ்சம் உருகவிலையே!
கருணைக்கு இணங்காத வன்மையையும் நான்முகன்
கற்பிக்க ஒருகடவுளோ?
வல்லான் வகுத்ததே வாய்க்கால் எனும்பெரு
வழக்குக்கு இழுக்கும்உண்டோ!
வானமாய் நின்றுஇன்ப மழையாய் இரங்கிஎனை
வாழ்விப்பது உன்பரம்காண்;
பொல்லாத சேய்எனில் தாய்தள்ளல் நீதமோ?
புகல்இடம் பிறிதும்உண்டோ?
பொய்வார்த்தை சொல்லிலோ திருஅருட்கு
அயலும்ஆய்ப்
புன்மையேன் ஆவன்அந்தோ!
சொல்லால் முழக்கிலோ சுகம்இல்லை; மௌனியாய்ச்
சும்மா இருக்கஅருளாய்!
சுத்தநிர்க் குணமான பரதெய்வமே !பரம்
சோதியே! சுகவாரியே!

இப்பாடலைப் படிக்கும்போது யார் உள்ளமும் உருகாமல் போகாது. பக்தியே - அன்பே இல்லாதவர்கள் நெஞ்சத்தையும் இத்தமிழ்ப் பாடல் இளகச் செய்து விடும். உள்ளத்தை உருக்கும் தமிழ்ச் சொற்கள் தலை சிறந்து நிற்கின்றன. இச்செய்யுளில் வடமொழிச் சொற்களும் கலந்து தான் கிடக்கின்றன. ஆயினும் அவ்வடசொற்கள் தமிழ்த் தேனில் ஊறித் தமிழ் மணம் பெற்றுத் தமிழாகவே நின்று நம்மை ஆட்கொள்ளுகின்றன. இச்செய்யுளின் பொருள் முழுவதையும் அப்படியே உரைநடையில் படிக்கும் போது நம் உள்ளம் பரவசம் அடைவதைக் காணலாம்.

ஐயனே! கல்லாவது ஒருகாலத்தில் வெப்பம் மிகுந்தால் உருகும். ஆனால் என் கல்மனம் சிறிதும் உருகவில்லை; பிறர் கருணை காட்டினாலும் அதற்கு ஒத்து கருணை காட்டாத ஒரு மனத் திண்மையை உண்டாக்கக்கூடிய நான்முகனும் ஒரு கடவுள் தானா?

அறிவிலே வல்லவன் வகுத்ததுதான் மக்கள் பின்பற்றி ஒழுகும் நெறியாகும் என்னும் வழக்கத்தில் குற்றம் உண்டோ? மேகமாக நின்று, இன்பத்தைத் தரும் மழையாகப் பெய்து என்னை வாழ்விப்பது உன்னுடைய கடமையாகும்.

கெட்ட பிள்ளையானாலும் பெற்றெடுத்த தாய் அப் பிள்ளையை வெறுத்து விரட்டிவிடுதல் நீதியாகுமா? அடித்தாவது திருத்துதல் தன் கடமையாகும். தாயால் வெறுத்து விரட்டப்பட்ட பிள்ளைக்கு வேறு புகலிடம் உண்டோ? நான் பொய் சொல்லவில்லை; பொய் சொன்னால் உன் திரு அருளைப் பெறமாட்டேன். அதற்கு விலக்காவேன். அதுமட்டுமா? ஐயோ! நான் மிகவும் இழிந்தவனாகி விடுவேன்.

ஆதலால் மாசு மறுவற்ற, குணம் குறி அற்ற, உயர்ந்த தெய்வமே! பெரிய சோதியே! இன்பக் கடலே! என் வார்த்தை களால் எதையாவது முழங்கிக் கொண்டிருப்பதனாலும்

பயனில்லை; இன்பம் இல்லை; வாய்பேசாமல் - உள்ளமும் அடங்கியிருக்கும்படி அருள் செய்வாய்!

இதுவே மேலே காட்டிய பாடலின் பொருள். இச்செய்யுள் எளிய சொற்களால் அமைந்த இனிய செய்யுள். அருட் செல்வரான தாயுமானாரின் உள்ளத்தை அப்படியே எடுத்துக்காட்டும் இனிய செய்யுள்.

18. சமயக் குரல்கள்

இவ்வுலகில் எத்தனையோ சமயங்கள் இருக்கின்றன. அவை இறைவன் ஒருவன் இருக்கின்றான் என்பதை ஒப்புக் கொள்ளுகின்றன. இறைவனை ஏத்துவதால் இகத்திலும் இன்புற்று வாழ முடியும்; பரத்திலும் இன்புற்று வாழ முடியும் என்று அவைகள் கூறுகின்றன.

இந்த உண்மையை உரைப்பதிலே சமயங்களுக்குள் வேறுபாடு இல்லை. எல்லாம் ஒருமனதாகவே ஒப்புக் கொள்ளுகின்றன.

இறைவன் யார்? எவ்வுருவில் உள்ளான்? உருவந் தான் உண்டோ? இல்லையா? வழிபடுவது எப்படி? என்ற கேள்விகள் எழுந்தால் எல்லாச் சமயங்களிடமிருந்தும் ஒரேவிதமான விடையை எதிர்பார்க்க முடியாது. ஒவ்வொரு சமயமும் ஒவ்வொரு விதமான விடையைத் தரும். ஒரு சமயம் கொடுக்கும் விடையை மற்றொரு சமயம் ஒப்புக்கொள்ளாது; மறுத்துரைக்கும். ஒரு சமயம் காட்டுகின்ற வழியை மற்றொரு சமயம் காட்டாது. ஒவ்வொரு சமயமும் தான் சொல்லுவது தான் உண்மையான விடை; தான் காட்டும் வழிதான் உண்மையான வழி; மற்ற சமயவாதிகள் கூறும் விடை சரியான விடையன்று; மற்ற சமயவாதிகள் காட்டகின்ற வழி உண்மையான வழியன்று - என்று வழக்காடும்.

இவ்வாறு வழக்காடுவதன் மூலந்தான் சமயச் சண்டைகள் உண்டாகின்றன. இத்தகைய சமயச் சண்டைகளால் இதுவரை யிலும் இவ்வுலகில் நேர்ந்திருக்கும் கலகங்கள் எண்ணற்றவை. இதனால் சிந்தப்பட்ட இரத்தப் பெருக்குக்கு

எல்லையில்லை. உலக வரலாற்றை அறிந்தோர் இந்த உண்மையை உணர்வார்கள்.

மக்களுக்கு நல்லறத்தைப் போதனை செய்வதற்குப் புறப் பட்ட சமயங்கள், அவர்களைப் பொறாமையிலும், வெறுப்பிலும், சண்டை சச்சரவுகளிலும் தள்ளிவிட்டுத் தடுமாறச் செய்த கதைகளுக்குக் கணக்கில்லை. இதற்குக் காரணம் சமயம் அன்று; சமயங்களின் கொள்கைகள் அல்ல; சமயங்களைக் கையாளும் சமயவாதிகளே பொறுப்பாளிகள்.

இறைவனிடம் நம்பிக்கை உள்ளவர்கள் கடவுள் இகத்திலும் பரத்திலும் உயிருக்குள் உயிராக இருப்பவர்; அவர் இல்லாத இடம் ஒன்றும் இல்லை; எங்கும் நிறைந்திருப்பவர், எல்லாமுமாக இருப்பவர் என்ற உண்மையை ஒப்புக்கொள்ள மறுக்க மாட்டார்கள். இத்தகைய உண்மையை மறவாமல் உள்ளத்திலே கொண்டவர்கள் சமயச் சண்டையிலே தலையிட மாட்டார்கள்; மதப் போராட்டங்களிலே மாட்டிக் கொள்ள மாட்டார்கள், இறைவனைப் பற்றிச் சமயவாதிகள் எது சொன்னாலும் சரிதான். அவை பொருந்துவனவே. நாமேன் அவர்களோடு வீண் வம்பு பேச வேண்டும் என்று வாய்மூடி மவுனியாயிருப்பார்கள்; எல்லாம் இறைவன் திருவிளையாடல் தான் என்று அவன் செயலைப் புகழ்ந்து கொண்டிருப்பார்கள்.

சமய வெறுப்புக் கொள்ள மாட்டார்கள்; சமயச் சண்டை போடமாட்டார்கள். சன்மார்க்க ஒழுக்கத்தைப் பின்பற்றி மகிழ்ந்து வாழ்வார்கள். இந்த உண்மையைத் தாயுமானார் ஒரு செய்யுளிலே விளக்கிக் கூறியிருக்கின்றார். அவர் கூறுவதைக் காண்போம்.

சில சமயங்கள் அன்னையே! அன்னையே! என்று சொல்லிக் கொண்டிருக்கும்.

சில சமயங்கள் உன்னைப் பற்றி ஐயா! ஐயா! என்று அலறிக்கொண்டிருககும்; அல்லது எந்தையே! தந்தையே! என்று அலறும்.

இன்னும் சில சமயங்கள் மேற்கண்டவாறும் இல்லாமல், பேய் போல வறட்டுக் கூச்சலிடும்; அந்த வறட்டுக் கூச்சலால் எந்தப் பயனும் கிட்டாது. அதன் பின்னும் ஒன்றையும் உணராமல் வெறும் சொற்களால் பிதற்றும்; இப்பொழுத ஒன்று, மறுபொழுது ஒன்று, இன்று ஒன்று நாளை ஒன்று என உறுதியில்லாமல், ஒன்று கிடக்க மற்றொன்றைத் தாவித் தாவிப் பிதற்றும்.

இதற்குமேல் இன்னும் சில சமயங்கள் பல்வேறு விதமாகப் பேசும். சொல்லிக் காட்ட முடியாத பெரிய ஒளி வடிவே இறைவன் வடிவம் என்று கூறும்; ஒன்றுமற்ற வெறும் வெட்டவெளியென்று சொல்லும்; ஓசை முதலிய வேறு பொருள்களே இறைவனுக்கு உறைவிடம் ஆகும் என்று சொல்லும். தனக்கு வேறு எதையும் ஒப்புச் சொல்ல முடியாத மிகச் சிறிய அணுவடிவம் என்று சொல்லும்; இறந்தகாலம், நிகழ்காலம், எதிர்காலம் என்னும் மூன்று காலங்களின் வடிவமே இறைவன் என்று சொல்லும்.

இவ்வாறு சமயங்கள் சொல்லுகின்றவாறும் நீ இருக்கின்றாய்; இவற்றுக்கு மாறாகவும் இருக்கின்றாய்.

எப்பொழுதும் அறிவுருவாகவும் ஆனந்த மயமாகவும் இருக்கின்ற உனது கருணைத் திருவிளையாடல் என்னே! என்னே! உன் ஒப்பற்ற கருணைத் திருவிளையாடல்களை யெல்லாம் எம் போன்றவர்களால் எடுத்துக்கூற முடியுமோ? அவ்வளவு எளிய திருவிளையாடலா உனது திருவிளையாடல்? ஆதலால் எம் மனோரால் அவற்றை எடுத்துரைக்க இயலாது.

இகத்திலும், பரத்திலும், உயிருக்கு உயிராகி எங்கும் நிறைந்திருக்கின்ற ஒப்பற்ற பரம்பொருளே! உனது திருவிளை யாடல்களை எல்லாம் உண்யில் எம்மனோரால் எடுத்துரைக்க இயலாது.

இவையே தாயுமானவர் சொல்லியிருக்கும் செய்யுளில் உள்ள சிறந்த பொருள். அப்பாடல்:

அன்னே! அனேஎனும் சிலசமயம்! நின்னையே
ஐயா! ஐயா! என்னவே
அலறிடும் சிலசமயம்; அல்லாது பேய்போல
அலறியே ஒன்றும் இலவாய்ப்
பின்ஏதும் அறியாமல் ஒன்றைவிட்டு ஒன்றைப்
பிதற்றிடும் சிலசமயம்;மேல்
பேசரிய ஒளிஎன்றும், வெளிஎன்றும், நாதாதி
பிறவுமே நிலையம்என்றும்,
சாற்றிடும் சிலசமயம்; இவைஆகி, வேறுஆதாய்ச்
சதாஞான ஆனந்தமாய்,
என்னே! என்னே! கருணை விளையாட் டிருந்தவாறு!
எம்மனோர் புகலஎளிதோ;
இகபரம் இரண்டினிலும் உயிரினுக்கு உயிராகி
எங்கும்நிறை கின்றபொருளே!

இந்தப் பாடலை இரண்டாம் முறையும் படித்துப் பாருங்கள்.

இப்பாடலுக்குப் பொருள் சொல்லும்போது இகபரம் இரண்டனிலும் உயிரினுக்கு உயிராகி எங்கும் நிறைகின்ற பொருளே என்ற தொடரை முதலில் வைத்துப் பொருள் சொல்ல வேண்டும்.

இவ்வுலகிலும், வேறுலகிலும் உயிர்களோடு உயிராக உள்ள பொருள்; எங்கும் நிறைந்துள்ள பொருள்; அதுதான் இறைவன் இயல்பு.

இதைத்தான் ஒவ்வொரு சமயமும், ஒவ்வொரு விதமாக உரைக்கின்றன; உணர்கின்றன. ஆதலால் இறைவன் பெயரால் யாரும் ஒருவரோடு ஒருவர் சண்டையிட்டுக் கொள்ள வேண்டிய தேயில்லை. இறைவன் ஒருவனே; எங்கும் இருக்கின்றான் என்று உணர்ந்தால் அனைவரும் ஆனந்தமாக ஒன்றுகூடி ஒற்றுமையுடன் வாழ முடியும். இதுவே தமிழர் அருள் நெறியாகும்.

19. உலகில் நிலைக்க வழி

ஆரவாரத்தில் அமைதிபெற முடியாது; ஓசையற்ற இடத்தில் - சந்தடியில்லாத இடத்தில்தான் மனச்சாந்தி பெற முடியும். இது அறிஞர்கள் கண்ட உண்மை; நாமும் நடைமுறையில் - அனுபவத்தில் அறியக்கூடிய உண்மை.

நோயாளிகளுக்கு, மருத்துவர்கள் கொடுக்கும் மருந்துகளிலே ஓய்வு ஓர் இயற்கை மருந்து; யாருடனும் பேசக் கூடாது, யாரையும் பார்க்கக்கூடாது. சும்மா படுத்திருக்க வேண்டும்; ஓடியாடித் திரியக்கூடாது; சும்மா உட்கார்ந்து தான் கிடக்க வேண்டும் என்று ஒரு நிபந்தனை போடுவார்கள். இப்படி யிருந்தால்தான் நோய் குணமாகும்; மருந்துக்கும் பலன் உண்டு; மருந்தும் உடலிலே புகுந்து வேலை செய்யும் என்று சொல்லுவார்கள். ஆகவே ஓய்வு - அதாவது தனித்திருப்பது உடலுக்கு ஒரு நல்ல மருந்தென்று அறியலாம்.

இப்பொழுதும் உழைத்து அலுத்துப் போனவர்கள் ஓய்வு பெறுவதன் பொருட்டுத் தனித்திருக்கவே விரும்புகின்றனர். உள்ளூரை விட்டுச் சுகாதார வசதியுள்ள வேற்றூருக்குப் போய்த் தங்க விரும்புகின்றனர். கடற்கரைப் பகுதியிலோ மலைப் பகுதியிலோ போய்த் தங்கி ஓய்ந்திருக்க விரும்புகின்றனர்.

உள்ளூரிலேயே ஓய்வெடுத்துக் கொண்டிருக்க முடியாது. வேலைக்குப் போகாமல் - உழைக்காமல் சும்மா வீட்டிலேயே உட்கார்ந்திருந்தாலும் அது ஓய்வு ஆகாது. உறவினர்கள் அடிக்கடி வருவார்கள்; உடம்பு எப்படி இருக்கின்றது என்று இரக்கத்துடன் கேட்பார்கள்; நண்பர்கள் வருவார்கள்; நலம் விசாரிப்பார்கள். இம்மாதிரி வருவோர் போவோர்க்கெல்லாம் - அவர்கள் கேள்விக்கு விடை அளிப்பதிலேயே பொழுது போய்க் கொண்டிருக்கும். இப்படி இருப்பது ஓய்வாகாது.

எட்டியுள்ள வெளியூரிலே போய்த் தங்கியிருந்தால் உறவினர்கள், அவ்வளவு தொலைவு தேடிக்கொண்டு வரமாட்டார்கள்; நண்பர்களும் வரமாட்டார்கள்; கடிதப் போக்குரவத்தோடு நின்றுவிடும். வெளியூரில் தங்கியிருந்தால் - நல்ல வசதியுள்ள இடத்தில் தங்கியிருந்தால் - பலரைச் சந்திக்க வழியில்லை. அமைதியாகத் தனித்திருக்க முடியும்.

தனித்திருந்து உடல் மட்டும் ஓய்வு பெற்றால் போதாது; உள்ளத்திலும் ஓய்வுவேண்டும்; கவலையற்று வாழவேண்டும்; வேலைத் தொல்லைகளையெல்லாம் மறந்து விட வேண்டும்; இலாப நட்டப் புள்ளிக் கணக்குப் போடுவதை நிறுத்திவைத்து அதற்கும் ஓய்வு கொடுத்துவிட வேண்டும். உள்ளம் ஒருநிலையில் நிற்க இறையன்புள்ளோர் பக்திப் பாடல்களைப் படிப்பதன் மூலம் அமைதி பெறலாம். இறையன் பில்லாதவர்கள் சிறந்த - உள்ளத்தைக் கொள்ளை கொள்ளும் இலக்கியங்களைக் - கவிதைகளைக் - காவியங்களைப் படிப்பதன் வாயிலாக இன்பத்தேனை அருந்தி அமைதி பெறலாம்.

போதை தரும் பொருள்களைக் குடித்து மகிழ்வாரும் உண்டு. இப்பழக்கம் உள்ளவர்கள் ஓய்வுக்கென்று வெளியூருக்குப் போகவேண்டாம். வீட்டிலேயே ஓர் அறையில் - கதவைத் தாழ்ப்பாள் போட்டுக்கொண்டு வேண்டிய மட்டும் குடித்து மயங்கிக் கிடக்கலாம். யாரேனும் வந்து விசாரித்தால் ஐயா ஊரில் இல்லை என்று சொல்லுவதற்கு ஓர் ஆளை வைத்து விட்டால் போதும். ஆனால் இது மன அமைதிக்கான நேர்மையான நெறியாகாது.

மனச்சாந்திக்கான வழி உள்ளத்தை ஒருவழியிலே நிறுத்தித் தனித்திருப்பதுதான். இந்த உண்மையைத் தாயுமானவர் பாடல் ஒன்று அழகாகச் சித்தரித்துக் காட்டுகின்றது. உள்ளம் அமைதியுடன் இருப்பதற்கு அவர் கண்ட உண்மை வழியை அப்பாடலிலே எடுத்துரைக்கின்றார்.

இனி எப்படி எமக்கு உனது திருவருள் கிடைக்குமோ என்று எண்ணி எனது நெஞ்சம் ஏக்கம் அடைகின்றது. ஐயோ! இந்த உலக வாழ்க்கையைப் பார்க்கும்போது எனக்கு அச்சமா யிருக்கிறது. இவ்வுலகிலே இன்றைக்கு உயிரோடு இருப்பவரை நாளைக்கு உயிரோடிருப்பார் என்று உறுதியாக எண்ண முடியவில்லை. ஆதலால் நானும் இன்றைக்கோ நாளைக்கோ மாண்டு மடிவது திண்ணம்.

இவ்வளவு காலம் அருமையாக வளர்த்த இந்த உடம்பை என்றேனும் ஒருநாள் என்னைப் பிடிக்கவரும் எமனுக்கு ஆளாக்கித்தான் தீரவேண்டும்; நான் எப்படி அவனுக்கு ஆளாக்குவேன்! இதுவரையிலும் நான் ஆடியோடிக் கற்ற கல்வியும், பெரியோர்களிடம் கேட்டுத் தெரிந்துகொண்ட கேள்விச் செல்வமும் வீணாவது நல்லதாகுமா?

பசி வந்தபோது ஏதேனும் புசிக்கவேண்டும்; நல்ல சுவை யுள்ள உணவுகள்தாம் வேண்டும் என்பதில்லை. உடலைப் பாதுகாப்பதற்காகப் பழங்கள் கிடைத்தாலும் போதும்; வற்றிய செங்காய்கள் கிடைத்தாலும் போதும்; உதிர்ந்த சருகுகள் கிடைத்தாலும் போதும்; வேர்களோ கிழங்குகளோ கிடைத்தாலும் போதும்; இவற்றில் எது கிடைத்தாலும், பசி வந்த போது அதை அள்ளி உண்டு, கண்களை மூடிக்கொண்டு மௌனியாய்த் தனித்திருக்க விரும்பினேன்.

இவ்வாறு இருப்பதன் மூலம் உடலுக்கும் உள்ளத்துக்கும் ஓய்வு கொடுக்க விரும்பினேன். எனது இந்த எண்ணத்தை, என் தலைவனே! நீ அறியமாட்டாயா? நீயோ எங்கும் நிறைந்திருப்பவன்; பரந்த உண்மையாக இருப்பவன்; உண்மையும், அறிவும், ஆனந்தமுமாக இருக்கின்ற சிவப்பிழம்பு நீ! ஆகையால் நீ எனது உள்ளத்தை எப்படி அறியாமல் இருக்கமுடியும்? அறிந்து வைத்தும் ஏன் எனக்கு அத்தகைய வாய்ப்பை அளிக்கவில்லை. விரைவில் நான் எண்ணிய எண்ணத்தை நிறைவேற்ற வேண்டுகிறேன்!

இதைத்தான் தாயுமானவர் அப்பாடலிலே அமைத்து வைத்திருக்கின்றார். தாயுமானவர் பாடலைப் படிப்பவர்கள் இந்தப் பாடலை நெட்டுருப் போடாமல் இருக்க மாட்டார்கள். அத்தகைய அருமையான பாடல் இது. பாடல் கீழ்வருவது:

இனியேது எமக்குஉன் அருள்வருமோ எனக்கருதி
ஏங்குதே நெஞ்சம்;ஐயோ!
இன்றைக்கு இருந்தாரை நாளைக்கு இருப்பர்என்று
எண்ணவோ திடம்இல்லையே;
அநியாய மாய்இந்த உடலைநான் என்றுவரும்
அந்தகற்கு ஆளாகவோ;
ஆடித் திரிந்துநான் கற்றதும் கேட்டதும்
அவலமாய்ப் போதல்நன்றோ
கனியேனும் வறியசெங் காயேனும் உதிர்சருகு
கந்தமூ லங்களேனும்
கனல்வாதை வந்துஎய்தின் அள்ளிப் புசித்துநான்
கண்மூடி மௌனிஆகித்
தனியே இருப்பதற்கு எண்ணினேன் எண்ணம்இது
சாமிநீ அறியாததோ!
சர்வபரி பூரண அகண்டதத் துவமான
சச்சிதா னந்தசிவமே!

இப்பாடல் அருவி நீர்போல் சரளமாகத் தங்குதடையின்றி ஓசைநயம் பெற்று ஓடுகின்றது. உள்ளத்தில் ஒளியுண்டானால் வாக்கினில் பொருளும் சிறப்பும் வழங்கும் என்பதற்கு இப்பாடலை எடுத்துக்காட்டாக உரைக்கலாம்.

இப்பாடல் உலக நிலையாமையை உணர்த்துகின்றது; நிலையாத உலகத்தில் - இன்றுள்ளார் நாளை இருப்பார் என்று உறுதியாக நம்பமுடியாத உலகத்தில் - நீண்டநாள் உயிர் வாழ்வதற்கு வழிகாட்டுகின்றது.

20. நிலைகலங்கா நெஞ்சம்

எந்த நிலை வந்தாலும் இயற்கை அறிவு கெடாமல் இருக்க வேண்டும்; அறிவு தடுமாறாமல் இருக்க வேண்டும். கலங்காத அறிவுள்ளவர்கள் கர்ம வீரர்களாகத் தான் காட்சியளிப்பார்கள்.

தெளிவான அறிவுள்ளவர்களை யாரும் கெடுத்து விட முடியாது; அவர்கள் சேரத்தகாதவர்களுடன் சேர்ந்திருந்தாலும் சீரழிந்து விடமாட்டார்கள்; தீமை செய்கின்றவர்களுடன் கூடித் திரிந்தாலும் சிந்தை கலங்கிவிட மாட்டார்கள்; தம்முடைய கொள்கையிலும், நடத்தையிலும் தவறி விட மாட்டார்கள்; உறுதியுடன் நிற்பார்கள்.

அறிவைத் துணைகொண்டவருக்கு வேறு எத்தகைய படைகளும் தேவையில்லை; அறிவுப்படையைக் கொண்டு எத்தகைய பெரும்பகையையும் இருந்த இடம் தெரியாமல் அழித்து ஓடச் செய்துவிடுவார். உள்ளத்திற்கு உரந்தருவது அறிவுதான்; உடலுக்குப் பலத்தை வருவிப்பது அறிவுதான். உள்ளத்திலே உரமில்லாதவர் எவ்வளவு உடல் பலம் படைத் திருந்தாலும் பயன் இல்லை. உடல் வலுக் குறைந்தவரா யிருந்தாலும் உள்ளத்தில் ஆண்மை - ஆண்மைக்கு அடிப் படையான அறிவு - குடிகொண்டிருக்குமாயின் அவர் ஆற்ற லுடையவராகவே விளங்குவார்.

இவ்வுலகிலே பலரிடம் இந்த உண்மையை நாம் கண் கூடாகக் காணலாம். அறிவுள்ளவர்கள் எத்தனையோ பல காரியங்களைச் செய்ய வேண்டிய நிலையிலிருக்கலாம். அவர்கள் செய்வதற்கு எடுத்துக்கொண்ட செயல்களைச் சாதிக்கப் பலருடன் பழகவேண்டியிருக்கலாம். பலருடைய உதவியைத் தேட வேண்டிய நிலையிலும், இருக்கின்றனர்.

இதனால் அவர்கள் பலதிறப்பட்ட பண்புள்ள மக்களுடன் பழகவேண்டிய நிலையில் உள்ளனர்.

மேற்கொண்ட வினையை முடிக்க விரும்பும் ஒருவர், அவ்வினை முடிவதற்குத் துணைசெய்யும் மனிதருடன் ஒன்று பட்டுவிட்டால் காரியம் கெட்டுப்போகும். அவர்கள் வழியிலே தான் இவர் போக முடியும்; தன் எண்ணத்தின்படி வினையை நிறைவேற்ற முடியாது. தோல்வியைத் தான் காண்பார். ஆதலால் உள்ளத்திலே உறுதி வேண்டும்.

ஆரியக் கூத்தாடினாலும் காரியத்தில் கண் என்று ஒரு பழமொழியுண்டு. ஆரியக் கூத்து என்பது ஒருவகைக் கூத்து. அக்கூத்தை நடத்துகின்றவர் - ஆடுகின்றவர் - அதில் கருத்தைச் செலுத்தித்தான் ஆடவேண்டும்; கருத்தின்றி ஆடினால் உயிருக்கே ஆபத்து வந்தாலும் வரும். ஆயினும், அவர்கள் காரியம், பொருள் ஈட்டுவதாகும். ஆதலால் ஆபத்தான கூத்திலே ஈடுபட்டிருக்கும் போதும், மக்கள் பொருள் உதவி செய்கின்றார்களா என்பதையும் கண்ணூன்றிப் பார்த்துக் கொண்டுதான் ஆடுவார்கள். இல்லாவிட்டால் கூத்தாடுவதில் பயன் இல்லை.

அறிவுள்ளவர்களுக்கும் இப்பழமொழி பொருந்தும். எச்செயலிலே ஈடுபட்டிருந்தாலும் தம் நிலையை விட்டுவிடக் கூடாது; தவறி விடக் கூடாது. பெரிய அறிஞர்கள், ஞானிகள், யோகிகள், பக்தர்கள் என்பவர்கள் எல்லாம் இதைத்தான் வேண்டித் தவம் இருந்திருக்கின்றனர். உடலின் செயல் எப்படி யிருந்தாலும் உள்ளம் ஒருநிலையில் இருக்க வேண்டும்; கள்ளங் கபடமற்று வாழ வேண்டும்; விருப்பு வெறுப்பற்ற நிலையிலே உண்மையான ஆனந்த வாழ்வை அநுபவிக்க வேண்டும் - என்று தான் விரும்பினார்கள்; விரும்புகின்றார்கள். இவ்வுண்மையைத் தாயுமானவர் பாட்டு ஒன்றால் தெளிவாகக் காணலாம்.

கொந்துஅவிழ் மலர்ச்சோலை நன்னீழல் வைகினும்,
குளிர்தீம் புனல்கைஅள்ளிக்

கொள்ளுகினும், அந்நீர் இடைத்திளைத்து ஆடினும்,
குளிர்சந்த வாடை,மடவார்
வந்துஉலவு கின்றதுஎன முன்றில்இடை உலவவே
வசதிபெறு போதும்; வெள்ளை
வட்டமதி பட்டப் பகல்போல நிலவுதர
மகிழ்போதும்; வேலைஅமுதம்
விந்தைபெற அறுசுவையில் வந்ததுஎன அமுதுஉண்ணும்
வேளையிலும, மாலைகந்தம்
வெள்இலை, அடைக்காய் விரும்பிவேண்
டியவண்ணம்
விளையாடி விழிதுயிலினும்
சந்ததமும் நின்அருளை மறவா வரம்தந்து
தமியேனை ரட்சைபுரிவாய்
சர்வபரி பூரண அகண்டதத் துவமான
சச்சிதா னந்தசிவமே!

இதுதான் தாயுமானவர் பாடல். இதிலே அடங்கியிருக்கும் சிறந்த கருத்து, மனித சமுதாயத்தை வாழ்விக்கும் உயர்ந்த கருத்தாகும்.

பூங்கொத்துக்கள் நிறைந்த மலர்ச் சோலையிலே, குளிர்ந்த நல்ல நிழலிலே இன்பமுடன் வாழ்ந்தாலும் சரி;

குளிர்ந்த இனிமையான நீரைத் தாகம் மிகுந்த நேரத்திலே, கைநிறைய அள்ளிப் புசித்து ஆனந்தம் அடைந்தாலும் சரி;

களைப்புத் தீர, அக்குளிர்ந்த நீரிலே மூழ்கி விளையாடி னாலும் சரி; குளிர்ச்சியான தென்றல் காற்று, பெண்கள் உலவுவது போல, வாசலிலே வந்து வீசும்படி வசதியுள்ள வீட்டிலே சுகமாக வாழ்கின்ற காலமானாலும் சரி;

வெண்மையான, வட்டமான முழுமதி, பட்டப்பகல் போல நிலவொளி வீசும்போது மகிழ்ந்திருந்தாலும் சரி;
பாற்கடலிலே பிறந்த அமுதம், நாம் வியக்கும்படி, நாம் அறியாமல், நாம் உண்ணும் உணவிலே வந்து

கலந்திருக்கின்றது என்று நினைக்கும் படியான இனிய உணவை உண்ணும் போதும் சரி;

மாலையிலே, வாசனைப் பொருள்களை அணிந்து கொண்டு வெற்றிலை பாக்கை விருப்பத்துடன் போட்டுக் கொண்டு, விரும்பியபடியெல்லாம் விளையாடி மகிழ்ந்து, பிறகு இரவிலே அமைதியுடன் தூங்குகின்ற காலம் ஆனாலும் சரி;

எப்பொழுதும் உனது அருளை மறக்காத வரத்தை அளிக்க வேண்டும். பரிபூரணமான - எங்கும் பரந்த உண்மையான - உண்மையும், அறிவும், அருள் ஆனந்தமும் ஆக இருக்கின்ற சிவமே! என்னைப் பாதுகாத்தருள்வாயாக!

இதுதான் மேலேகண்ட பாடலில் அடங்கிய பொருள். தாயுமானவர் சர்வ பரிபூரணமான, அகண்ட தத்துவமான சச்சிதானந்த சிவத்தை வேண்டிக் கொள்ளுகின்றார்.

சர்வ பரிபூரணம் - எல்லாம் நிறைந்தது. அகண்ட தத்துவம் - எங்கும் பரந்த உண்மை. சத் சித் ஆனந்தம் - உண்மை அறிவு; ஆனந்தமாக உள்ளது. சிவம் - இதுதான் மங்களகரமான சிவம் என்பதாகும்.

எல்லாவற்றையும் காணவல்ல அறிவுதான் கடவுள்; எங்கும் பரவியிருக்கும் அழியாத உண்மைதான் கடவுள்; உண்மையும், அறிவும், மகிழ்ச்சியும்தான் கடவுள். இவற்றைத் தான் சிவம் என்ற பெயரால் அழைக்கின்றனர். இதுதான் தாயுமானவர் நமக்கு உணர்த்தும் உண்மை.

இந்த உண்மையை உணர்ந்தவர்கள் எக்காலத்திலும் ஒருநிலையில்தான் இருப்பார்கள்; இன்பத்திலும் தம்மை மறந்து விடமாட்டார்கள்; துன்பத்திலும் தம்மை மறந்து விட மாட்டார்கள்; தம்மைத் திடமாக - ஒருநிலையில் - உறுதியாக – வைத்துக் கொண்டு, காரியத்தை நழுவ விடாமல் செய்து வெற்றி பெறுவார்கள்; களங்கமற்ற வாழ்விலே வாழ்வார்கள். இதுவே அறிவுள்ளவர்கள் கண்ட உண்மை நெறியாகும்.

ஆண்மை யுள்ளவர்கள் - வாழ்விலே வெற்றி பெற விரும்புகின்றவர்கள் - பின்பற்ற வேண்டிய பெருநெறியாகும்.

21. ஆகாத அரும்செயல்

உள்ளத்தைக் கொஞ்சநேரமாவது ஒருநிலையில் நிறுத்தி வைக்க முடியாது. உள்ளமும் சரி; சிறு குழந்தையும் சரி; ஆரோக்கிய வாழ்வுள்ள குழந்தை ஒரு விநாடி சும்மா விருக்காது; எதையாவது செய்துகொண்டு தான் இருக்கும். அதை ஓர் இடத்திலே கட்டுப்படுத்தி வைத்திருப்பது மகா தொல்லை. சிறுகுழந்தையைப் பாதுகாக்காமல் சும்மா விட்டு விட்டால் எங்கேயாவது பள்ளம் படுகுழிகளிலே வீழ்ந்து கால் கைகளை ஒடித்துக் கொள்ளும். போக்குவரத்தும், வண்டி வாகனங்களும் மிகுந்த தெருவானால் குழந்தைகளின் உயிருக்கே ஆபத்துதான்.

மக்களுடைய மனமும் இதுபோன்றதுதான். எதையாவது எண்ணிக் கொண்டுதான் இருக்கும். மண்டு மனமாயிருந்தால் நடந்தவற்றைப் பற்றிச் சிந்திக்கும்; சுறுசுறுப்புள்ள மனமாயிருந்தால் எதிர்காலத்திற்கான திட்டஙகளையாவது போட்டுக் கொண்டுதான் இருக்கும்.

ஒவ்வொரு மனிதனும் ஒவ்வொரு நாளும் எத்தனை செய்திகளைப் பற்றி நினைக்கின்றான் என்ற கணக்கிட முடியாது. எண்ணிப் பார்த்தால் அளவில் அடங்காது; எழுதிப் பார்த்தால் ஏட்டில் அடங்காது; குழந்தை ஓடியாடுவது போல், எதையாவது எண்ணிக் கொண்டிருப்பதுதான் மனத்து இயல்பு.

ஒன்றைப் பற்றி மட்டும் நினை; பலவற்றைப் பற்றி நினைக்காதே. ஓர் எண்ணத்தில் உறுதியாக நில்; குரங்கு கிளைக்குக் கிளை தாவுவது போல், ஒரு நினைப்பை விட்டு மற்றொரு நினைப்புக்குப் பாயாதே என்று உள்ளத்தைப் பார்த்து எவ்வளவுதான் உபதேசம் பண்ணினாலும் பயன்

தராது. உள்ளம் ஓடிக்கொண்டு தான் இருக்கும். அதைப்பிடித்து ஓரிடத்திலே நிறுத்தி வைப்பது செய்தற்கரிய செயல்.

உள்ளத்தை ஒருவழியில் நிறுத்தும் ஆற்றல் படைத்தவர்கள், உண்மையிலேயே பேராற்றல் படைத்தவராவர். அவர்களால் எதையும் எளிதிலே சாதிக்க முடியும். இவர்களைத்தான் அறிஞர்கள், ஞானிகள், யோகிகள் என்றெல்லாம் புகழ்ந்து பேசுவார்கள். இவ்வுலகிலே செய்தற்கரிய சிறந்த காரியம் ஒன்று இருக்கிறது என்றால், அது உள்ளத்தை ஒருவழியில் பிடித்து நிறுத்துவதுதான்.

பெரிய ஞானிகள், யோகிகள் என்பவர்கள் எல்லாம், உள்ளத்தை ஒருவழியில் நிறுத்த முடியவில்லையே என்று தான் புலம்பியிருக்கின்றனர்; இதற்கு என்ன வழியென்று தான் தேடித் தேடி அலைந்திருக்கின்றனர். உள்ளத்தை ஒருநிலையில் நிறுத்துவது மிகவும் அரிய செயல் என்பதைப் பற்றித் தாயுமானவர் ஒரு செய்யுளிலே எடுத்துக் காட்டுகின்றார். மனிதனால் எல்லாக் காரியங்களையும் - சாதாரண மக்களால் செய்ய முடியாதவை என்று நினைக்கும் காரியங்களையெல்லாம் - செய்து முடிக்க இயலும். ஆனால் மனத்தை அடக்கி ஒரு நிலையிலே நிறுத்தி ஆளுவது தான் ஆகாத அருஞ்செயல் என்று பாடியிருக்கின்றார்.

யானைக்கு மதம் பிடித்து விட்டால் அதை அடக்குவது எளிதல்ல; தனது கட்டுத்தறியை முறித்துக் கொண்டு புறப்பட்டு விடும்; யார் கையிலும் அகப்படாமல் அட்டகாசம் புரியும். அத்தகைய மதங் கொண்ட யானையைக் கூட வசப்படுத்தி, நாம் சொல்வதைக் கேட்டு நடக்கும்படி செய்துவிடலாம்.

கரடி, கொடிய புலி இவை பிற உயிரைக் கொன்று தின்னும் தன்மையுள்ளவை. இவற்றினுடைய வாயையும் கட்டி விடலாம்; ஓர் உயிரையும் கொல்லாமல் கட்டுப்படுத்தி விடலாம்.

சிங்கத்தை அடக்கி அதன்மேல் ஏறிச் சவாரி செய்யலாம். பாம்பைப் பிடித்து ஆட்டி வைக்கலாம்.

நெருப்பைக் கொண்டு ரசவாத வித்தை செய்து, இரும்பு, ஈயம், வெள்ளி, தாம்பிரம், பொன் முதலிய ஐந்து உலோகங் களையும் நல்ல சொக்கத் தங்கமாக மாற்றலாம்; அவற்றை விற்பனை செய்து பொருள் பெற்று உண்டு வாழலாம்.

மற்றவர்கள் நம்மைக் காணாதபடி நமது உடம்பை மறைத்துக் கொண்டு இவ்வுலகில் உலாவலாம்; நம்மை ஏவல் கொள்ளும் சக்தி படைத்தவர்கள் தேவர்கள் என்போர். அத்தகைய தேவர்களை நாம் அடக்கி, நமக்கு அவர்கள் ஏவல் செய்யும்படி ஆட்டிவைக்க முடியும்.

நமது உடம்பு நரை, திரை, மூப்பு, பிணிகளுக்கு இடமானது. இஃது உடம்பின் இயற்கை. இத்தகைய உடம்பையும் மாற்ற முடியும்; நரை, திரை, மூப்பு, பிணிகளுக்கு ஆளாகாமல் என்றும் இளமையோடு இருக்கும்படி செய்து விட முடியும்.

நாம் வேறொரு உடம்புக்குள் புகுந்து கொண்டு உலாவ முடியும். இதைக் கூடுவிட்டுக் கூடுபாயும் வித்தையென்பர். தவசிகள், யோகிகள் இவ்வாறு செய்ய வல்லவர்கள் என்று கூறுவார்கள். இவ்வாறு செய்ததாகக் கதைகள் கேட்டிருக்கின்றோம். இத்தகைய கதைகளை இன்றும் படிக்கின்றோம்.

தண்ணீரின் மேல் நடக்க முடியும்; நெருப்பின் மேல் உட்கார்ந்திருக்க முடியும். கனத்தை உள்ளே இழுத்துக் கொள்ளும் தன்மையுள்ளது தண்ணீர்; தன்னைச் சேர்ந்ததை அழிக்கும் ஆற்றலுடையது நெருப்பு. இத்தகைய நீரின் மேல் நடக்கவும் முடியும்; நெருப்பின் மேல் அமர்ந்திருக்கவும் முடியும்.

இவைபோன்ற ஒப்பற்ற சித்திகளையெல்லாம் பெற முடியும். முயன்றால் இவை கைகூடாமல் போகமாட்டா. ஆனால் முடியாத காரியம் என்னவென்றால், சிந்தையை

அடக்குவதுதான். இதைத்தான் சிந்தையை அடக்கியே சும்மா யிருக்கின்ற திறம் அரிது என்று கூறுகிறார் தாயுமானவர். தன் உள்ளத்திலே குடிகொண்டிருக்கும் அறிவுத் தெய்வத்தைப் பார்த்து - பேரொளியாகிய தெய்வத்தைப் பார்த்து - இவ்வாறு கூறுகிறார் தாயுமானவர்.

கந்துக மதக்கரியை வசமா நடத்தலாம்;
கரடி,வெம் புலிவாயையும்
கட்டலாம்; ஒருசிங்கம் முதுகின்மேல் கொள்ளலாம்;
கட்செவி எடுத்தாட்டலாம்
வெம்தழலின் இரதம்வைத்து ஐந்துலோ கத்தையும்
வேதித்து, விற்றுண்ணலாம்
வேறுஒருவர் காணாமல் உலகத்து உலாவலாம்;
விண்ணவரை ஏவல்கொள்ளலாம்
சந்ததமும் இளமையோடு இருக்கலாம்; மற்றொரு
சரீரத்தி னும்புகுதலாம்;
சலமேல் நடக்கலாம்; கனல்மேல் இருக்கலாம்;
தன்னிகர்இல் சித்திபெறலாம்;
சிந்தையை அடக்கியே சும்மா இருக்கின்ற
திறம்அரிது; சத்தாகிஎன்
சித்தமிசை குடிகொண்ட அறிவான தெய்வமே
தேசோ மயானந்தமே!

இதுதான் மேலே காட்டிய பொருள் அமைந்த தாயுமானவர் பாடல். இந்தப் பாடல் பலருக்குத் தெரியும். தாயுமானவர் பாடலைப் படித்தவர்கள் எல்லாம் இப்பாடலை உருப்போட்டிருப்பார்கள்; அடிக்கடி பாடிக் கொண்டும் இருப்பார்கள். ஆனால் அவர்கள் இப்பாடலின் கருத்தறிந்து நடக்கின்றார்களா என்பதுதான் கேள்வி. பலர் இதன் கருத்தை உணர்வதில்லை. பாடுவதற்கு அழகாக - நல்ல சொல்லோசை யுள்ளதாக - இருப்பதனால் சும்மா பாடிக் கொண்டேயிருப்பார்கள்; அவ்வளவுதான்.

உள்ளத்தை அடக்கியாள்வது என்பது அரிதுதான். அந்த அரிய காரியத்தைச் செய்பவர்கள் பெரியவர்கள். ஒவ்வொருவரும்

தம் மனத்தை அடக்கியாளும் பயிற்சியைப் பெற வேண்டியது அவசியமாகும். மக்களுக்கு மனத்தை அடக்கியாளும் பயிற்சி கைவரப் பெற்றால், மனித சமூகமே இன்புற்று வாழ முடியும்.

ஆசைதான் அல்லலை உண்டாக்குவது. அளவுக்கு மேல் ஆசையுள்ளவர்கள் பழிபாவங்களுக்கு அஞ்ச மாட்டார்கள்; தங்கள் ஆசையை நிறைவேற்றிக் கொள்ள எதையும் செய்வார்கள். மனத்தை அடக்க வல்லவர்களால் ஆசையையும் அடக்கியாள முடியும். இந்த உண்மையை உள்ளத்தில் கொண்டுதான், மனவடக்கம் வேண்டும் என்ற கொள்கையை வலியுறுத்தவே தாயுமானவர் இச்செய்யுளைக் கூறினார்.

22. காலனைக் கண்டும் கலங்காமை

உறுதியான உண்மை அறிவுள்ளவர்கள் எதற்கும் அஞ்ச மாட்டார்கள்; தொடங்கிய காரியங்கள் எவற்றிலும் தோல்வி காண மாட்டார்கள்; வெற்றியே காண்பார்கள்.

சாவு என்பது மனித இயல்பு. ஆறிலும் சாவு; நூறிலும் சாவு என்பது பழமொழி. சாகத் துணிந்தவனுக்குச் சமுத்திரம் முழங்கால் மட்டும் என்பது மற்றொரு பழமொழி. ஆதலால், உயிர் போவதைப் பற்றி அஞ்சாதவன் - கவலைப்படாதவன் - கலக்கம் கொள்ளாதவன் - எச்செயலிலும் வெற்றி பெறுவான்.

கடவுள் துணை நமக்கு உண்டு; அவர் நம்மைக் கைவிட்டு விடமாட்டார். நாம் செய்யும் வேலையைச் சரியாகச் செய்வோம். இடைவிடாமல் முயன்று முடிப்போம். நாம் செய்யும் வேலைக்கு யார் என்ன தடை செய்தாலும் சரி; அத்தடைகளைப் பொருட்படுத்தாமல் நம்மால் முடிந்த வரையிலும் முயல்வோம். நமது நம்பிக்கை வீண் போகாது. இறைவன் - கடவுள் - நம் உள்ளத்தில் இருப்பதால் நம்மை யாரும் கெடுத்துவிட முடியாது. நம்மைக் கெடுக்க முன் வருகின்றவர்கள் - நம் காரியத்தை நிறைவேறாமல் தடுக்க முன் வருகின்றவர்கள் - யாராயிருந்தாலும் சரி; அவர்கள் வெற்றி பெற முடியாது. அவர்கள் முயற்சியைக் கடவுளின் துணைகொண்டு நம்மால் முறியடிக்க முடியும். அறிவு வடிவான கடவுள் - இறைவன் - எப்பொழுதும் நமது உள்ளத்திலே உறைகின்றார் என்ற நம்பிக்கை யுள்ளவர்களை யாராலும் அசைத்துவிட முடியாது.

நாம் கடவுளுடன் ஒன்றுபட்டு விட்டோம். கடவுள் நம்மை விட்டுப் பிரிந்திருக்கவில்லை; நாமும் கடவுளை விட்டுப்

பிரிந்திருக்கவில்லை என்ற நம்பிக்கையுள்ளவர்கள் எமனுக்கும் அஞ்ச மாட்டார்கள்; தமது உயிரைக் கவர வரும் காலனைக் கண்டும் கலங்க மாட்டார்கள்; அவனை எதிர்த்து விரட்டி யடிப்பார்கள். இத்தகைய ஆற்றலும் அஞ்சாமையும் அவர் களுக்கு உண்டு.

மேலே காட்டியவை இறையருள் பெற்றவர்களின் நம்பிக்கை. இந்நம்பிக்கையை விளக்கும் பல கதைகள் உண்டு. அவற்றைப் புராணங்களிலே காணலாம்; பக்தர்களின் சரிதைகளிலே பார்க்கலாம்; அடியார்களாக - அறிஞர்களாக - வாழ்ந்த பல தமிழறிஞர்களின் பாடல்களிலே பார்க்கலாம். இதற்கு உதாரணமாகத் தாயுமானவர் பாடல் ஒன்றைக் காண்போம்:

எல்லாம் அறிந்தவரும் ஏதுமஅறி யாதவரும்
இல்லைஎனும் இவ்வுலகமீது,
ஏதும்அறி யாதவன் எனப்பெயர் தரித்துமிக
ஏழைக்குள் ஏழையாகிக்,
கல்லாத அறிவில் கடைப்பட்ட நான்,அன்று
கையினால் உண்மைஞானம்
கற்பித்த நின்அருளினுக்கு என்ன கைம்மாறு
காட்டுவேன்; குற்றேவல்நான்
உள் ஆந்த மேனியொடு, குண்டுகண், பிறைஎயிற்று,
ஆபாச வடிவமான
அந்தகா! நீஒரு பகட்டால் பகட்டுவது
அடாதடா! காசுநம்பாற்
செல்லா தடா! என்று பேசவாய் அதுதந்த
செல்வமே! சத்தாகிஎன்
சித்தமிசை குடிகொண்ட அறிவான தெய்வமே!
தேசோ மயானந்தமே.

இச்செய்யுளிலே, தாயுமானவர் தான் பெற்ற இன்பத்தை எடுத்துக் கூறுகின்றார். இறைவனுடன் தன் உள்ளம் ஒன்று பட்டதால் தனக்கு ஏற்பட்ட அஞ்சாமையையும்

ஆனந்தத்தையும் எடுத்துரைக்கின்றார். இச்செய்யுளில் அவர் கூறுவது என்ன என்பதைத் தெளிவாகக் காண்போம்:

இவ்வுலகில் எல்லாவற்றையும் அறிந்த சகலகலா வல்லவர்களும் இல்லை; ஒன்றும் அறியாத முழு மூடர்களும் இல்லை. அறிந்தவர்களிடமும் அறியாமையுண்டு; அறியாதவர்களிடமும் அறிவு உண்டு. இந்த உலக நிலை இதுவாகும்.

இந்த நிலைமையிலுள்ள இவ்வுலகிலே நான் ஒன்றும் அறியாதவன் என்ற பெயர் பூண்டேன். அறிவற்றவர்களிலே அறிவற்றவனாகத் திரிந்தேன். கல்லாத அறிவிலே நான்தான் கடைப்பட்டவன் என்ற பெயர் எடுத்துத் திரிந்தேன்.

இத்தகைய எனக்கு அன்று மௌன குருவாகக் காட்சி தந்தாய். வாயினால் உண்மை இன்னதென்று உரைக்காமல் கையினால் உண்மையைக் குறித்துக் காட்டினாய். இவ்வாறு கைக்குறியால் உண்மை அறிவை எனக்குக் காட்டிய உன் கருணையே சிறந்த கருணை. அந்தக் கருணைச் செயலுக்கு என்னதான் என்னால் எதிர் உதவி செய்ய முடியும்? உன் குற்றேவலிலேயே - உனக்குப் பணிபுரிவதிலேயே - ஈடுபட்டுக் கிடப்பதைத் தவிர என்னால் வேறு எதுவும் செய்வதற்கில்லை.

மக்கள் உயிரைக் கவர்ந்து செல்லும் அந்தக் கொடிய எமனைக் கண்டாலும் நான் அஞ்சமாட்டேன். அவன் உருவைக் கண்டாலே பலர் பயந்து நடுங்கிப் போவார்கள். கருமையெல்லாம் திரண்டிருக்கும் உருவத்தை யுடையவன்; ஆழமான அகன்ற கண்களையுடையவன்; வாயின் இரு புறங்களிலும் பிறை போல வளைந்து காணப்படும் கோரப் பற்களை யுடையவன். இத்தகைய ஆபாசத் தோற்றமுள்ள - அருவருக்கத்தக்க உருவத்தையுடைய - எமன், தனது எருமைக் கடா வாகனத்தில் ஏறிக்கொண்டு என் முன் வந்தாலும் அஞ்சமாட்டேன்! ஆபாச வடிவான அந்தகா! நீ ஓர் எருமைக் கடாவினால் ஆரவாரம் புரிவது தகாது; உன் அதிகாரமாகிய காசு நம்மிடம் செல்லாது; போடா, நீ வந்த வழியைப்

பார்த்துக் கொண்டு! என்னிடம் நெருங்காதே அடா பயலே! என்று தைரியத்துடன் பேசுவதற்கு வாயளித்தாய்.

இத்தகைய எனது செல்வமே! உண்மை வடிவமாகி என் உள்ளத்திலே குடியிருக்கும் அறிவுருமான தெய்வமே! ஒளிமயமான ஆனந்தமே!

மேற்கண்ட பாடலின் பொருள் இதுதான்: இறைவன் நம் உள்ளத்தில் இருக்கிறான். உண்மைதான் அவன். அறிவுதான் அவன். அறியாமையாகிய இருளை அண்ட விடாமல் செய்யும் ஒளிவிளக்காக இருப்பவன். துன்பம் இல்லாத ஆனந்தமயமாக இருப்பவன் அவன். இதுவே தாயுமானவர் கண்ட உண்மைப் பொருள்; உண்மை ஞானம். இக்கருத்தை இச்செய்யுளிலே காணுகின்றோம்.

இத்தகைய உண்மை அறிவைப் பெற்றவர்கள் யாரும் சாவுக்கு அஞ்ச மாட்டார்கள். எமன் வந்தாலும் பயப்பட மாட்டார்கள்; எதிர்த்துப் போராடுவார்கள். உண்மையும் உறுதியும், அறிவும் ஆற்றலும் உள்ளவர்கள் எதற்குத்தான் அஞ்ச வேண்டும்?

23. இயற்கை நிகழ்ச்சிகள்

கடவுளிடம் அன்பு கொண்டவர்களுக்கு எந்த நிகழ்ச்சியைக் கண்டாலும் அதிசயமாகத்தான் காணப்படும். இறைவனைக் காணவேண்டும் என்ற எண்ணம் உள்ளவர்கள் எந்த இயற்கை நிகழ்ச்சிகளையும் இறைவன் செய்கையாகவே நினைப்பார்கள்.

என் செயலாவது யாதொன்றுமில்லை என்ற நம்பிக்கையுள்ளவர்களே சிறந்த கடவுள் பக்தர்களாக விளங்கினார்கள். இந்த நம்பிக்கைதான். யான், எனது என்ற ஆணவத்தை ஒழிப்பது. யான், எனது என்ற ஆணவம் ஒழித்தவர்களே சிறந்தவர்கள்; கடவுள் அருளைப் பெறுந் தன்மையுள்ளவர்கள். இவர்களே கடவுள் அருளைப் பெற்றவர்கள் என்று கருதப் பட்டார்கள்.

நவீன விஞ்ஞான அறிவு வளர்ந்து வரும் இக்காலத்தில் இரவுக் காலம் பகற்காலம் என்ற பிரிவுகள் இருப்பதற்குக் காரணமென்ன? சூரியன் காணப்படும் காலம் பகல்; சூரியன் காணப்படாத காலம் இரவு. பூமியின் சுழற்சியினாலேயே இரவும் பகலும் மாறி மாறி வருகின்றன. இந்த உண்மையைப் பள்ளிக் கூடங்களில் ஆரம்ப வகுப்புக்களில் படிக்கும் மாணவர்கள் கூட அறிவார்கள்.

காற்று வீசாமல் இருப்பதற்குக் காரணம் என்ன? மெதுவாக வீசுவதற்குக் காரணம் என்ன? இக்கேள்விகளுக்கும் விடை உண்டு. இவை பெரிய கேள்விகள் அல்ல; சாதாரண கேள்விகள் தாம்; புரியக்கூடிய கேள்விகள்தாம்.

இதைப்போலவே மேகங்கள் மழை பொழிவதைப் பற்றியும் இக்கால மக்களுக்குத் தெரியும். மேகங்கள் எப்படிப் பிறக்கின்றன? எப்படி அவை மழைத் துளியாக மாறுகின்றன? அதிக மழை பெய்வதற்குக் காரணம் என்ன? குறைந்த மழை பெய்வதற்குக் காரணம் என்ன? - இவை, படித்தவர்கள் அனைவருக்கும் தெரிந்த விஷயம்.

பண்டைக் காலத்தில் - விஞ்ஞான அறிவு வளர்ச்சி யடையாத காலத்தில் - இத்தகைய இயற்கை நிகழ்ச்சிகள் எல்லாம் இறைவன் திருவிளையாடல்கள் என்றே எண்ணி வந்தனர். இன்றும் இப்படி நினைப்போர் உண்டு.

விஞ்ஞான நூல்களைக் கற்றவர்களிலே மதப்பற்றும் நம்பிக்கையும் உள்ளவர்கள் இயற்கை நிகழ்ச்சிகளை யெல்லாம் இறைவன் திருவிளையாட்டு என்று நம்புகின்றனர். இக்காலத்திலேயே இப்படியிருக்கும்போது பண்டைக் காலத்தினர் இவற்றை இறைவன் செயல் என்று நம்பியதில் வியப்பில்லை.

அவன் அன்றி அணுவும் அசையாது என்பது பக்தர்களின் நம்பிக்கை. இந்த நம்பிக்கையிலே உறுதியுள்ளவர்கள் எச்செயலையும் இறைவன் செயலாகத்தான் எண்ணுவார்கள். எனது திறமையால் இதைச் செய்தேன்; எனது அறிவால் இதைச் செய்தேன்; எனது உழைப்பால் இதைச் செய்தேன் என்று அவர்கள் நினைக்கவே மாட்டார்கள். இப்படி நினைத்தார்களானால் அவர்கள் அவன் அன்றி அணுவும் அசையாது என்ற கொள்கையிலே நம்பிக்கையற்ற வர்களாகத் தான் இருக்க வேண்டும்; உறுதியற்றவர்களாகத் தான் இருக்கவேண்டும்.

உண்மையான கடவுள் நம்பிக்கையுள்ளவர்களின் உள்ளத்திலே, நான் செய்தேன். என்னால் தான் முடிந்தது என்ற எண்ணம் முளைக்கவே முளைக்காது. பண்டைக் காலத்துச் சைவப் பெருமக்கள், வைணவப் பெருமக்கள், ஏனைய சமயப் பெருமக்கள் எல்லோரும் எனது, யான் என்னும் செருக்

கற்றவர்கள். அவர்கள் அனைவரும், நம்மால் நடப்பது ஒன்றும் இல்லை என்ற நம்பிக்கை கொண்டுதான் வாழ்ந்தார்கள். இவ் வுண்மைகளை அப்பெரியார்களின் வாய்மொழிகளாலேயே காண முடிகின்றது. இதற்கு உதாரணமாகத் தாயுமானவர் பாடல் ஒன்றைக் காண்போம்:

நேரேதான் இரவுபகல் கோடா வண்ணம்
நித்தம்வர வுங்களைஇந் நிலைக்கே வைத்தார்
ஆரேயங் கவர்பெருமை என்னே என்பேன்
அடிக்கின்ற காற்றேநீ யாரா லேதான்
பேராதே சுழல்கின்றாய் என்பேன் வந்து
பெய்கின்ற முகில்காள்எம் பெருமான் நும்போல்
தாராள மாக்கருணை பொழியச் செய்யுஞ்
சாதகமென் னேகருதிச் சாற்று மென்பேன்.

என்பதே அப்பாடல். இப்பாடலின் பொருளைக் காண்போம்:

குறித்த நேரத்தில் இரவு தோன்றுகிறது; குறித்த நேரத்தில் பகல் பிறக்கின்றது. இவ்வாறு சிறிதும் தவறாமல் ஒவ்வொரு நாளும் நடைபெறுவதை நேரே, காண்கின்றோம்.

ஏ இரவே! ஏ பகலே! உங்களை இவ்வாறு தவறாமல் நடந்து கொள்ளும்படி இந்நிலையில் வைத்தவர் யார்? உங்களை இந்த நிலையில் வைத்த அவருடைய பெருமை எப்படிப் பட்டது? என்று கேட்கின்றேன்.

வீசுகின்ற காற்றே! நீ யாரால், யாருடைய உத்தரவின் மேல் பருவ மாறுபாடு இல்லாமல், பருவத்திற்கேற்ற படி சுழன்று வீசிக் கொண்டிருக்கின்றாய்? என்று கேட்கின்றேன்.

வானத்திலே வந்து தோன்றி மழையைப் பெய்கின்ற மேகங்களே! எம்பெருமானும், உங்களைப் போலத் தாராளமாக அவனுடைய கருணையாகிய மழையைப் பொழியச் செய்வதற் கான மார்க்கம் என்ன? அதற்காகச் செய்ய வேண்டியது என்ன? இதற்கான வழியை ஆலோசித்துக் கூறுங்கள் என்று கேட்பேன்.

இதுவே மேலேகாட்டிய பாடலின் பொருள். இதனால் - தாயுமானவரின் இப்பாடலால் - இயற்கை நிகழ்ச்சிகள் எல்லாம் இறைவன் செயல்களே என்று கருதுவதே கடவுளடியார்களின் கருத்து என்பதைக் காணலாம்.

24. உனையன்றி அறியேன்

இறைவன்பால் அன்புள்ளவர்கள் தமக்கென ஒன்றையும் சொந்தமாக நினைக்க மாட்டார்கள். இவ்வுலகப் பொருள் களை யெல்லாம் நிலையற்றவை என்றே நினைப்பார்கள். எல்லாவற்றையும் இறைவனுக்குரிய உடைமை என்றே மதிப்பார்கள். இதுவே ஞானிகளின் தன்மையாகும்.

உலகில் வாழும் மக்கள் அனைவரும் மூன்று பொருள்களைத் தமக்கு இன்பந் தருவதாக நினைப்பார்கள். அம்மூன்று பொருள்கள், மண், பெண், பொன் என்பன. இம்மூன்று பொருள்களின்மேல் உள்ள ஆசையைத் துறப்பது யாராலும் ஆகாத காரியம். இவ்வுலகத்தையே துறந்து விட்டேன். இம்மையின்பத்தை விரும்பவே மாட்டேன். இறைவனை வேண்டி மறுமையில் மோட்சம் பெறவே விரும்புகின்றேன் என்று கூறும் துறவிகளும்கூட மண்ணாசையைத் துறந்து விடுவதில்லை. அவர்களும் மடம் என்ற பெயரில் இடம் வைத்துக் கொண்டிருக் கின்றனர்; அந்த மடத்திற்கென்று விளைநிலங்களும் தோட்டந் துறவுகளும் வைத்துக் கொண்டிருக்கின்றனர். இதை நாம் கண்கூடாகக் காண்கின்றோம்.

துறவு பூண்டவர்கள் அனைவரும் பெண்ணாசையை முற்றுந் துறந்தவர்கள் என்று சொல்லிவிட முடியாது. இவர்களிலே பலர் உண்மையாகவே தங்கள் உள்ளத்தை அடக்கியாளும் உத்தமர்களாக இருக்கலாம்; பெண் இன்பத்தை நாடாத பெரியோர்களாக இருக்கலாம்; பெண்மீது எழும் ஆசையை அடக்கி ஆளும் ஆற்றல் படைத்தவர்களாக இருக்கலாம். ஆயினும் துறவு பூண்டவர்களில் எத்தனையோ பேர் கூடா ஒழுக்கத்தை மேற்கொண்டு ஒழுகுவதைக் காண்கிறோம்.

பிரமச்சாரிகள், சந்நியாசிகள் என்று பெயர் வைத்துக் கொண்டு கள்ளத்தனமாகக் காரிகையரை நாடிக் கூடித் திரிகின்றவர்களையும் காண்கிறோம்.

துறவிகளிலே பலர், எங்களுக்குப் பொருளாசையில்லை என்று சொல்லிக் கொண்டாலும் மறைமுகமாகவும் வெளிப் படையாகவும் பொருள் சேர்ப்பதைக் காண்கிறோம்.

இவ்வுலக இன்பத்தை வெறுக்கின்றவர்கள், இவ்வுலக வாழ்வு நிலையற்றவை என்று நினைக்கின்றவர்கள் - பேசுகின்றவர்கள் அடியோடு மண்ணாசை, பெண்ணாசை, பொன்னாசை களை விட்டவர்கள் என்று முடிவுகட்ட முடியாது. இவர்கள் இந்த மூன்று ஆசைகளையும் துறந்தவர் களானால், நாட்டிலே இவர்களுக்கு வேலையில்லை. காட்டிலோ மலைகளிலோ சென்று தான் வாழ்வார்கள்; அல்லது இந்த உலகத்தை விட்டே மறைந்து விடுவார்கள்.

இப்படியில்லாமல் மடம் என்ற பெயரில் பெரிய மாட மாளிகை கூட கோபுரங்களில் வாழும் துறவிகளைக் காண்கிறோம்; ஏராளமான நில புலன்களைச் சேர்த்து வைத்துக் கொண்டிருப்பவர்களைப் பார்க்கிறோம்; அளவற்ற வருமானத்தைப் பெற்று ஆடம்பரமாகச் செலவு செய்கின்றவர்களையும் பார்க்கிறோம். இவர்களிலே சிலர் கூடா ஒழுக்கமுள்ளவர்களாக வாழ்வதையும் காண்கிறோம். ஆதலால் மண்ணாசை, பெண்ணாசை, பொன்னாசை - யாராலும் அவ்வளவு எளிதிலே விட்டு விடக் கூடியவை அல்ல என்பதிலே ஐயம் இல்லை.

இந்த மூன்றாசைகளையும் துறந்தவர்களே முற்றுந் துறந்த முனிவர்கள். இவர்களையே இறைவனும் விரும்புவான். இவர் களும் இறைவனும் ஒன்றாகவே ஆகிவிடுவார்கள். இவர்கள் இறைவனையும் அவன் அருளையுமே எப்பொழுதும் நாடி நிற்பார்கள். இவர்கள் வேறு எத்துணையும் வேண்டாமல், எவர் துணையையும் விரும்பாமல், தன்னந் தனியாகவே இறைவனை எண்ணியே

வாழ்வார்கள். இதுவே மண், பெண், பொன்னாசை களைத் துறந்தவர்களின் மாண்பு என்று கூறுகிறார் தாயுமானவர். பொன்னை மாதரை என்ற தலைப்புள்ள பாடல் இதைத் தான் சொல்லுகின்றது.

பொன்னை மாதரை பூமியை நாடிடேன்,
என்னை நாடிய என்உயிர் நாதனே!
ஊன்னை நாடுவன்; உன்அருள் தூவெளி
தன்னை நாடுவன் தன்னம் தனியனே

என்பதே அந்தப் பாட்டு.

இதில் அடங்கிய பொருள் உண்மையை உரைப்பது. எளிதிலே பொருள் விளங்கும் இனிய பாட்டு. பதங்களைச் சிறிது மாற்றியமைத்துக் கொண்டால் அர்த்தம் சொல்ல வேண்டிய தேயில்லை.

என்னை நாடிய என் உயிர் நாதனே! பொன்னை, மாதரை, பூமியை நாடிடேன்; தன்னந் தனியனே, உன்னை நாடுவன், உன் அருள் தூவெளி தன்னை நாடுவன் என்று மாற்றிக் கொண்டால் போதும். நாடுதல் - தேடுதல். அருள் தூவெளி - அருளாகிய தூய வெட்டவெளி. தன்னந்தனியனே - தன்னந் தனியனாக நின்று.

இவ்வுலகப் பற்றிலாத என்னை அடிமையாகக் கொண்டு ஆள்வது, இறைவனே! உனது கடமையாகும் என்று மற்றொரு செய்யுளில் வலியுறுத்துகின்றார்.

இறைவனே! நீ தான் என் உயிராக நிற்கின்றாய் என்பதை நான் அறிவேன். அறிந்தும், நான் அறிவு பெற்றவனாக நின்று உலகை மறந்து உன்னை வணங்கி நிற்க மாட்டேன். நீ இருப்பதற்கு இடமாகிய என் உள்ளத்தை உனக்குக் காணிக்கையாக அளிக்க மாட்டேன். இவ்வாறு உள்ள பாவியேனுடைய மனப்பான் மையைக் கண்டு, நீ என்னை வெறுத்துவிடாதே; விட்டுவிடாதே! நீ என்னை முதலில் எப்படி ஆட்கொண்டாயோ, அதே குரு வடிவான கோலத்தில்

வருவாயாக! என்னை, மகனே! வா, கலங்காதே! என்று கூவி அழைத்து ஆட்கொள்ள வேண்டுகின்றேன் என்று பாடுகிறார் தாயுமானவர். நான் உன்னை மறந்து திரிந்தாலும் நீ என்னை மறவாமல் ஆட்கொள்ள வேண்டும் என்பதே அவர் வேண்டுகோள். இறைவன் அருளை வேண்டும் ஞானிகள் அனைவரும் இவ்வாறுதான் கடவுளை வேண்டிக் கொள்ளுவது வழக்கம். இக்கருத்தமைந்த பாடலும், பொன்னை மாதரை என்ற தலைப்பிலே உள்ள பாடல் வரிசையில் அமைந்ததுதான்.

ஆவி யேன்உனை யான்அறி வாய்நின்று
சேவி யேன்;களச் சிந்தை திறைகொடேன்;
பாவி யேன்உளப் பான்மையைக் கண்டுநீ
கூவி ஆள்எனை; ஆட்கொண்ட கோலமே!

தாயுமானவர் அருள் உள்ளத்தை விளக்கிற்று இச்செய்யுள்.

25. எல்லையற்ற இன்பம்

தாயுமானவர் பாடலிலே கண்ணிகள் பல உண்டு. கண்ணி என்பது இரண்டடிகளைக் கொண்ட தனித் தனிப் பாடல்கள். இவை பாடுவதற்கு எளிதானது. சொல்ல வேண்டிய விஷயங்களைக் கேட்போர் உள்ளத்திலே பதியும்படி இக்கண்ணிகளின் மூலம் சொல்ல முடியும்.

யான் பெற்ற இன்பம் பெறுகஇவ் வையகம் என்ற பரந்த உள்ளம் படைத்தவர் தாயுமானவர். ஆதலால் அவர் கண்ட இன்பத்தை - அனுபவித்த திருவருட்பேற்றை - கண்ணி வடிவிலே பாடி வைத்திருக்கின்றார்.

தாயுமானவர் பாடிய கண்ணிகள், பராபரக் கண்ணி, பைங்கிளிக் கண்ணி, எந்நாட் கண்ணி, காண்பேனோ என் கண்ணி, ஆகாதோ என் கண்ணி, பலவகைக் கண்ணி என்ற கண்ணிகளாக விளங்குகின்றன; மேலே காட்டிய தலைப்பெயர்களுடன் காணப்படுகின்றன. அக்கண்ணிகளிலே சிலவற்றைக் காண்போம்.

எவ்வளவு உண்டாலும் தெவிட்டாத அமுதமா இருப் பவனே! எல்லாப் பொருள்களுக்கும், எல்லா நிகழ்ச்சிகளுக்கும் தலைவனாக இருக்கும் அரசே! என்றும் எப்பொழுதும் வற்றாமல் ஓடிக் கொண்டிருக்கின்ற ஆனந்தம் என்னும் வெள்ளப் பெருக்கையுடைய ஜீவநதியாக இருக்கின்றவனே! மவுனப் பெரும் பிழம்பாக இருக்கின்றவனே! உயர்ந்தவைகளுக்கெல்லாம் உயர்ந்ததாக இருக்கின்ற பராபரமே!

ஆரா அமுதே! அரசே; ஆனந்த வெள்ளப்
பேராறே! மோனப் பெருக்கே! பராபரமே!

என்று இறைவனைப் போற்றுகின்றார். இறைவனைத் தெவிட்டாத அமுதம், அரசு, ஆனந்த வெள்ளம், ஓடும் ஜீவநதி, மவுனப் பேரொளி என்று கூறியுள்ளார். இவ்வுருவங்களிலே இறைவனைக் காண்கிறார்; கண்டு களிக்கின்றார்.

உன்னை ஒருவராலும் ஊனக் கண்ணால் காண முடியாது. ஞானக் கண் பெறாத, ஊனக் கண்ணை மட்டும் பெற்றவர்கள் யார்தான் உன்னை அறிய முடியும்? ஒருவராலும் உணர முடியாது. இவ்வாறு அளவற்ற வேதப் பாடல்கள் ஓலமிடுகின்றன. நீ பேர் அறிவாக விளங்குகின்றாய்; இன்ப வெள்ளமாகத் திகழ்கின்றாய். பராபரமே! இவைதான் உனது வடிவம் என்பதை நான் அறிவேன்.

ஆர்அறிவார் என்ன அனந்தமறை ஓலம்இடும்
பேர்அறிவே! இன்பப் பெருக்கே; பராபரமே!

இறைவன் ஒருவராலும் காண முடியாதவன்; ஆனால் பேர் அறிவாக இருக்கின்றான்; இன்ப வெள்ளமாக எங்கும் நிறைந்திருக்கின்றான் என்று கூறினார்.

உன்னிடம் அன்பு செய்கின்றவர்கள் சொல்ல முடியாத பெரும்புகழ் படைத்தவர்கள். அவர்கள் பெருமையை உரைப்பதற்கான சொற்கள் இல்லை. எவ்வளவு சொன்னாலும் அச் சொற்களையெல்லாம் கடந்து நிற்பதே அவர்கள் புகழாகும். அத்தகைய மெய்யன்பர்களின் உள்ளத்திலே நீ வீற்றிருக்கின்றாய்; பேரொளியாய் வளர்ந்து நிற்கின்றாய்; கரையற்ற இன்பக் கடலாக நிற்கின்றாய். பராபரமே! உன்னை இப்படித்தான் நான் காண்கின்றேன்.

உரைஇறந்த அன்பர்உளத்து ஓங்குஒளியாய் ஓங்கிக்,
கரைஇறந்த இன்பக் கடலே! பராபரமே!

இக்கண்ணியின் மூலம் இறைவன் இருக்கும் இடம் இது, அவன் உருவம் இது என்பதைச் சுட்டிக் காட்டினார்.

இறைவன் இருக்கும் இடம், மெய்யன்பர்களின் உள்ளம்! அவன் வடிவம் இன்பவெள்ளம். இதுவே தாயுமானார் கருத்து. இத்தகைய இறைவன் அருளைப் பெறுவது எப்படி என்பதையும் அவர் சொல்லாமல் விட்டு விடவில்லை.

பராபரமே! உன்னிடத்திலே நான் வற்றாத - இடையறாத - அன்பு கொண்டேன்; அந்த அன்பை வளர்த்தேன். ஆதலால் நீ எனக்குத் துணையானாய்; எனது அரிய உயிரை நாச வழியிலே செல்லாமல் காப்பாற்றினாய்; இன்ப வெள்ளமாக நின்று என் தலைவனானாய் என்று, தான், இறைவன்தன் அருள் பெற்ற விதத்தைக் கூறியிருக்கின்றார்.

உன்னிடம் எனது அன்பு வளரும்படி செய்தாய்; அதன்பின் எனது அரிய உயிரைக் காக்கும் துணையானாய்! இன்ப வெள்ளமே! தலைவனே! பராபரமே!

அன்பைப் பெருக்கிஎனது ஆருயிரைக் காக்கவந்த
இன்பப் பெருக்கே! இறையே! பராபரமே!

இதன் மூலம் தான் கடவுளைக் கண்டறிந்த வழியைக் கூறினார்.

இறைவனிடம் அன்பு செலுத்தினாலும் எத்தகைய பண்புள்ளவர்கள் அவ்விறைவனைக் காண முடியும் என்பதையும் தெளிவாக ஒரு கண்ணியின் மூலம் கூறுகின்றார்.

செல்வத்திலே ஆசையற்றவர்கள்தாம் இறைவனைக் காண முடியும்; அறிய முடியும். உடைந்த மண்ணோடும், பெரிய தங்கப் பாளமாகிய செல்வமும் காணப்பட்டால் அவ்விரண்டையும் ஒன்றாகவே நினைக்கின்றவர்கள் தாம் உண்மை ஞானிகள்; உலகப் பற்று இல்லாதவர்கள். இத்தகைய ஆசையற்ற அறிஞர்கள் தாம் உன்னைக் காண முடியும். இவர்கள் தேடிக் காணும் பொருளாகத்தான் நீ நிற்கின்றாய்.

இவர்களுடன்தான் நீ நட்பாக - ஒன்றாக - உறைவாய்.
பராபரமே! இதுதான் உனது உண்மைப் பண்பாகும்.

ஓடும் இருநிதியும் ஒன்றாகக் கண்டவர்கள்
நாடும் பொருளான நட்பே! பராபரமே!

இதனால் இறைவனை யாரால் காண முடியும் என்பதை எடுத்துரைத்தார்.

26. உயர்ந்தோர் உள்ளம்

உண்மை உணர்ந்தோர் செம்மையர் ஆவர். செம்மை என்பது, என்றும் அழியாத உண்மைப் பொருள். இதனைச் செம்பொருள் என்பார் திருவள்ளுவர். செம்பொருளை - உண்மைப் பொருளை - உணர்ந்தவருக்குச் செம்மையர் என்று பெயர் சூட்டுகிறார் தாயுமானவர்.

செம்மையர் யார்? அவர் பண்பென்ன? என்பதைத் தாயுமானவர் விளக்கிக் காட்டியிருக்கின்றார். செம்மையரே உயர்ந்தவர்கள், போற்றத்தக்கவர்கள் என்று புகழ்ந்து பேசுகின்றார்.

செம்மையராக வேண்டுமானால் உள்ளத்திலே கனிவு வேண்டும்; குழைவு வேண்டும்; இரக்கம் வேண்டும். இரக்கமற்ற கல்மனத்தினர் செம்மையை - செம்பொருளை - அறிய முடியாது. உள்ளத்திலே உருக்கம் உள்ளவர்கள் எவ்வுயிரையும் வெறுக்க மாட்டார்கள்; எவ்வுயிர்களிடத்தும் சினம் கொள்ள மாட்டார்கள். எல்லா உயிர்களையும் தம்முயிர் போலவே நினைப்பாக்ள்; எந்த உயிர் துன்பறுமானாலும் அதைத் தமது துன்பமாகவே கருதுவார்கள். இதுவே செம்மையரின் சிறந்த பண்பாகும். இத்தகைய செம்மையருக்கு ஏவல் செய்வதே - பணிவிடை செய்வதே - தொண்டு புரிவதே - எனது ஆசை. அந்தப் பாக்கியம் - பேறு - எனக்கு என்றுதான் கிடைக்குமோ, அறியேன்! என்று பாடுகிறார் தாயுமானவர். தான் கண்ட - விரும்பிய - உண்மையை இவ்வாறு பாடுகிறார்:

தம்உயிர்போல் எவ்வுயிரும் தான்என்று தண்அருள்கூர்
செம்மையருக்கு ஏவல்என்று செய்வேன்? பராபரமே!

என்பதே அப்பாடல்.

எல்லா உயிரும் தம் உயிர் போன்றது தான் என்று எல்லா உயிர்களிடமும் இரக்கங் காட்டுகின்றவர்களே செம்மையர் என்ற கருத்தை இக்கண்ணியிலே காணலாம்.

செம்மையர்க்கு ஏவல் செய்வதன்மூலம், அவர்களுடன் சேர்ந்து வாழுவதன் மூலம், தாமும் செம்மை பெறமுடியும் என்னும் கருத்திலேயே இவ்வாறு பாடினார்.

செம்மையரையே அன்பர் என்றும் குறிப்பிடுகின்றார் தாயுமானவர். அன்புள்ளங் கொண்டவர்கள் பொய்ந் நெறியிலே புகமாட்டார்கள்; உண்மை நெறியைத் தான் உணர்ந்திருப்பார் கள். யாரிடத்திலும் பேதம் பாராட்ட மாட்டார்கள். எல்லா உயிர்களிடமும் அன்பு காட்டுவார்கள்; எல்லா உயிர்களுக்கும், உதவி - உபகாரம் - ஒத்தாசை - செய்வார்கள். அன்பர்களின் செயல் - அரும்பணி - இதுவாகும். இத்தகைய அன்பர்களுடன் இணைந்து வாழ்வோர்க்கும் இக்குணம் படியும் என்பதில் ஐயம் இல்லை.

ஆதலால், அன்பர்களுக்கு நான் பணி செய்ய வேண்டும்; அவர்களுக்குப் பணி செய்யும் நற்காரியத்தில் என்னை ஈடுபடுத்த வேண்டும். இப்பணியில் என்னை ஈடுபடுத்தி விட்டுவிட்டால் நான் இன்பம் அடைவேன். துன்பம் என்னைத் தொடரவே தொடராது. இன்பநிலை தானாகவே என்னை வந்து அடையும் என்று பராபரமாகிய கடவுளை வேண்டிப் பாடுகின்றார்.

அன்பர்பணி செய்யஎனை ஆளாக்கி விட்டுவிட்டால்
இன்பநிலை தானேவந்து எய்தும் பராபரமே!

என்பதுதான் அவர் இக்கருத்தமைத்துப் பாடியிருக்கும் கண்ணி.

செம்மையருக்குப் பணி செய்யவேண்டும்; அவர்களுடன் சேர்ந்து வாழ வேண்டும் என்று துடிதுடிக்கும் தாயுமானவர்,

வஞ்சகர்களுடன் சேரக்கூடாது; அவர்களுடைய முக நோக்கே - நாற்றமே - கூடாது என்று கண்டித்துப் பேசுகிறார்.

நல்ல பேச்சாளர்களாக இருக்கலாம்; பிறர் வியக்கும்படி - நாமே ஆச்சரியப்படும்படி - ஆயிரக்கணக்கான அறிவுரைகளை அள்ளி வீசுகின்றவர்களாக இருக்கலாம். இவ்வளவு கல்வித் திறமை படைத்திருந்தாலும் அவர்கள் செம்பொருள் காணாதவராயின் - உண்மையை உணராதவராயின் - இரக்கமும் அன்பும் அற்றவராயின் - அவர்களை நல்லவர்களாகக் கருத முடியாது. அவர்கள் மனத்தில் ஒன்றும் வாயில் ஒன்றும் பேசும் வஞ்ச நெஞ்சர் ஆவர். அவர்கள் எவ்வளவுதான் கற்றவர்களானாலும், அவர்கள் அறிவற்றவர்கள்தான்; பேயர்கள் தான். இத்தகைய பேயரோடு சகவாசமே கூடாது. இவர்களுடன் கூடுவது - சேர்ந்திருப்பது - பிழையாகும். இச்சேர்க்கை அற்ப சகவாசம் பிராண சங்கடம் என்ற பழமொழிக்கு எடுத்துக்காட்டாகி விடும் என்ற உண்மையையும் உரைக்கின்றார் தாயுமானவர். இதனை,

ஆயிரம் சொன்னாலும் அறியாத வஞ்சநெஞ்சப்
பேயரோடு கூடிற் பிழைகாண் பராபரமே!

என்ற கண்ணியால் காணலாம். இக்கண்ணியின் மூலம் மக்களுக்கு எச்சரிக்கை செய்கின்றார். பேச்சைக் கண்டு ஏமாறாதீர்கள்; ஒழுக்கத்தைக் கண்டு உறுவு கொள்ளுங்கள். பேச்சுக்கும் நடத் தைக்கும் சம்பந்தமில்லாத பெயர்களுடன் உறவு கொள்ளுவது பிழை! பிழை! பெரும் பிழை! என்று முன்கூட்டியே எச்சரித்தார்.

உயர்ந்த பண்பு படைத்த மனிதர்கள் எப்படியிருப்பார்கள்? அவர்களின் மனப்பான்மை எப்படியிருக்கும்? அவர்கள் எப்படி யிருப்பார்கள்? என்பதை மற்றொரு கண்ணியிலே விளக்கமாகச் சொல்லியிருக்கிறார் தாயுமானவர்.

எவ்வுயிர்களிடமும் பேதம் பாராட்டமை மனிதத் தன்மை. எவ்வுயிர் துன்பம் அடைந்தாலும் அத்துன்பத்தைத் துடைக்க

முந்துவதே செம்மையோர் தன்மை. எவ்வுயிரையும் தம்முயிர் போலவே எண்ணுவதுதான் தயவுடையார் தன்மை. அறிஞர்கள், அன்பர்கள், நன்மை பெற விரும்புகின்றவர்கள் - இத்தகைய அன்பர்களுடன் சேர்ந்திருக்கவே விரும்புவார்கள்; சேர்ந்து பணி செய்வார்கள். இதுதான் உயர்ந்த பண்பாடாகும். இவ்வாறு கூறிய தாயுமானவர் தம் உள்ளக் கிடக்கையையும் மறைக்காமல் வெளியிடுகிறார்.

என்னுடைய கருத்து - குறிக்கோள் - ஒன்றே ஒன்று தான். அந்த ஒரு நோக்கத்தை நிறைவேற்றவே நான் உயிர் வாழ்கின்றேன். இவ்வுலகில் எல்லோரும் இன்பத்துடன் வாழ வேண்டும்; எம்மதத்தினரும், எச்சாதியினரும், எம்மொழியினரும், எந் நாட்டினரும் இன்பத்துடன் வாழவேண்டும். வேற்றுமை உணர்ச்சி ஒழிந்து ஒன்றுபட்டு இன்பத்துடன் வாழவேண்டும். இதுதான் எனது முடிவான - தீர்மானமான - கருத்து. இதைத் தவிர எனக்கு வேறு எக்கருத்தும், எந்தக் குறிக்கோளும் இல்லை. இதைத்தவிர, வேறு ஒன்றைப்பற்றியும் நான் நினைக்கவே மாட்டேன் என்று கூறுகின்றார். இதனை,

எல்லாரும் இன்புற்று இருக்க நினைப்பதுவே
அல்லாமல் வேறுஒன்று அறியேன் பராபரமே!

என்று பாடியிருக்கும் கண்ணியினால் காணலாம்.

தாயுமானவரின் இக்கருத்துக்கள் பழந்தமிழரின் கருத்துக் களாகும்; தமிழர் அருள்நெறியை அறிவிப்பனவாகும்.

முற்றும்.

★★★